മാർക്സും മൂലധനവും

marxum mooladhanavum

•

p govindapilla

•

first edition
july 1994

•

second edition
may 2008

•

third edition
march 2010

•

fourth edition
november 2017

•

typesetting & published
chintha publishers, thiruvananthapuram

•

•

cover
shahul aliyar

•

വിതരണം

ദേശാഭിമാനി ബുക്ക് ഹൗസ്

H O തിരുവനന്തപുരം-695 035
phone: 0471-2303026, 6063026
www.chinthapublishers.com
chinthapublishers@gmail.com

ബ്രാഞ്ചുകൾ

ഹെഡ്ഡാഫീസ് ബ്രാഞ്ച് കുന്നുകുഴി • സ്റ്റാച്യു തിരുവനന്തപുരം • കെ എസ് ആർ ടി സി ബസ് സ്റ്റേഷൻ ആലപ്പുഴ • കെ എസ് ആർ ടി സി ബസ് സ്റ്റേഷൻ എറണാകുളം • മച്ചിങ്ങൽ ലെയ്ൻ തൃശൂർ • ഐ ജി റോഡ് കോഴിക്കോട് • മാവൂർ റോഡ് കോഴിക്കോട് • എൻ ജി ഒ യൂണിയൻ ബിൽഡിങ് കണ്ണൂർ • സെൻട്രൽ ബസ് ടെർമിനൽ കോംപ്ലക്സ് താവക്കര കണ്ണൂർ

CR - 1780 / 4499
ISBN - 978-81-26204-40-3

മാർക്സും മൂലധനവും

പി ഗോവിന്ദപ്പിള്ള

ചിന്ത പബ്ലിഷേഴ്സ്
തിരുവനന്തപുരം-695 035

പി ഗോവിന്ദപ്പിള്ള

പെരുമ്പാവൂരിനടുത്തുള്ള പുല്ലുവഴിയിൽ 1926 മാർച്ച് 25 ന് ജനിച്ചു. വിദ്യാർഥി പ്രസ്ഥാനത്തിലും കേരള കർഷകസംഘത്തിലും പ്രവർത്തിച്ചു. 1951 ൽ തിരു-കൊച്ചി നിയമസഭയിലും 1957 ൽ കേരള നിയമസഭയിലും അംഗമായിരുന്നു. ക്വിറ്റ്ഇന്ത്യാ സമരത്തിലും മറ്റും പങ്കെടുത്ത് പലതവണ ജയിൽവാസം അനുഭവിച്ചു.

1964 മുതൽ 1982 വരെ *ദേശാഭിമാനി*യുടെ മുഖ്യപത്രാധിപർ.

പ്രസിദ്ധീകരിക്കപ്പെട്ട കൃതികൾ: *ഇസങ്ങൾക്കിപ്പുറം, വിപ്ലവ പ്രതിഭ, കേരളം ഇന്ത്യയിലെ അധഃകൃത സംസ്ഥാനം, സാഹിത്യവും രാഷ്ട്രീയവും, മാർക്സിസ്റ്റ് സൗന്ദര്യശാസ്ത്രം: ഉത്ഭവവും വളർച്ചയും, വിപ്ലവങ്ങളുടെ ചരിത്രം, സാഹിത്യം: അധോഗതിയും പുരോഗതിയും, പൂന്താനം മുതൽ സൈമൺ വരെ, ചരിത്രശാസ്ത്രം പുതിയ മാനങ്ങൾ, ഭഗവദ്ഗീത-ബൈബിൾ-മാർക്സിസം, മഹാഭാരതം മുതൽ മാർക്സിസം വരെ, കേരളനവോത്ഥാനം ഒരു മാർക്സിസ്റ്റ് വീക്ഷണം, കേരള നവോത്ഥാനം: മതാചാര്യൻ മതനിഷേധികൾ, മാർ ഗ്രിഗോറിയോസിന്റെ മതവും മാർക്സിസവും, സ്വാതന്ത്ര്യത്തിന്റെ സാർവദേശീയത, ആഗോളവൽക്കരണം സംസ്കാരം മാധ്യമം, ഫ്രെഡറിക് എംഗൽസ്: സ്നിഗ്ധനായ സഹകാരി വരിഷ്ഠനായ വിപ്ലവകാരി, ഇ എം എസും മലയാള സാഹിത്യവും, ഇഎംഎസ്* (ജീവചരിത്രം), *മുൾക്‌രാജ് മുതൽ പവനൻ വരെ, കാട്ടുകടന്നൽ* (പരിഭാഷ), *ഭൂതകാലവും മുൻവിധികളും* (പരിഭാഷ), *ഇന്ത്യാചരിത്ര വ്യാഖ്യാനം മാർക്സിസ്റ്റ് വീക്ഷണത്തിൽ* (പരിഭാഷ), *ആര്യദ്രാവിഡ വിവാദവും മതനിരപേക്ഷതയും* (പരിഭാഷ) തുടങ്ങിയവ.

ഭാര്യ: എം ജെ രാജമ്മ

മക്കൾ: എം ജി രാധാകൃഷ്ണൻ, ആർ പാർവതി ദേവി

മേൽവിലാസം: മുളയ്ക്കൽ, 9-സുഭാഷ്നഗർ,
തിരുവനന്തപുരം-695 008.

ഉള്ളടക്കം

പ്രവേശിക

ആയിരത്തി തൊള്ളായിരത്തി എൺപത്തി ഏഴിലാണ് *മാർക്സും മൂലധനവു*മെന്ന ഈ ലഘുകൃതിയുടെ ഒന്നാം പതിപ്പ് പ്രസിദ്ധീകരിച്ചത്. അതിന് ഒരു പ്രത്യേക സന്ദർഭവും ലക്ഷ്യവും ഉണ്ടായിരുന്നു. *മൂലധനം* ഒന്നാം വാല്യത്തിന്റെ പ്രഥമ പ്രസിദ്ധീകരണത്തിന്റെ (1867) ശതാബ്ദിയോടനുബന്ധിച്ച് കോട്ടയത്തെ സാഹിത്യപ്രവർത്തക സഹകരണ സംഘം മലയാളത്തിൽ വിവർത്തനം ചെയ്ത് പ്രസിദ്ധീകരിച്ച *മൂലധനം* മൂന്ന് വാല്യങ്ങളുടെ രണ്ടാം പതിപ്പ് 1987 ൽ പ്രസിദ്ധീകരിക്കപ്പെട്ടു. ഈ പുതിയ പതിപ്പിനുവേണ്ടി ഒന്നാം പതിപ്പ് പാകപ്പിഴകൾ തിരുത്തി പരിഷ്കരിക്കാനുള്ള ചുമതല എന്നെയാണ് അവർ ഏൽപ്പിച്ചത്. എന്റെ വന്ദ്യ ഗുരുനാഥനും മഹാപണ്ഡിതനും ആയിരുന്ന പ്രൊഫ. കുറ്റിപ്പുഴ കൃഷ്ണ പിള്ള ആയിരുന്നു ഒന്നാം പതിപ്പിന്റെ ചീഫ് എഡിറ്റർ. സി ഉണ്ണിരാജ അസോസിയേറ്റ് എഡിറ്ററും. അവരുടെ നേതൃത്വത്തിൽ എളിയവനായ ഈ ലേഖകൻ ഉൾപ്പെടെ ഇ എം എസ് നമ്പൂതിരിപ്പാട്, സി അച്യുതമേനോൻ, ജോസഫ് മുണ്ടശ്ശേരി, സുകുമാർ അഴീക്കോട് തുടങ്ങി മലയാളത്തിലെ മഹാപ്രതിഭാശാലികൾ പലരും ഈ വിവർത്തന സംരംഭത്തിൽ സഹകരിച്ചിരുന്നു.

അങ്ങനെ മികവുറ്റ ഒരു വിവർത്തനമായിരുന്നു അതെങ്കിലും ഇരുപത് കൊല്ലത്തിനുശേഷം വീണ്ടും അവയൊന്നു പരിശോധിച്ചപ്പോൾ പോരായ്മകൾ പലതും ഉണ്ടെന്നു കണ്ടു. ആ പോരായ്മകൾ ഒന്നാം പതിപ്പ് തയാറാക്കിയ മഹാമഹതികളുടെ കുറ്റം കൊണ്ടായിരുന്നില്ല. ഈ 20 വർഷത്തിനിടയ്ക്ക് അർഥശാസ്ത്രത്തിലെയും മാർക്സിസ്റ്റ് ചിന്തയിലെയും പദപ്രയോഗങ്ങൾ വളരെയേറെ മാറിപ്പോയിരുന്നു. *കമ്യൂണിസ്റ്റ് മാനിഫെസ്റ്റോ*യുടെ കാവ്യാത്മകവും നിഷ്കൃഷ്ടവും ആയ വിവർത്തനം ഇംഗ്ലീഷിൽ

തയാറാക്കിയ സാമുവൽ മൂറും മാർക്സിസ്റ്റ് പണ്ഡിതനും മാർക്സിന്റെ മകൾ എലീനറുടെ ഭർത്താവും ആയ എഡ്വേർഡ് അവെലിങ്ങും ചേർന്ന് വിവർത്തനം ചെയ്യുകയും ഫ്രെഡറിക് എംഗൽസ് പരിശോധിച്ച് തെറ്റു തിരുത്തി പ്രസിദ്ധീകരിക്കുകയും (1886)ചെയ്ത ഇംഗ്ലീഷ് *മൂലധനം* പോലും ഏതാനും വർഷത്തിനകം ഭാഷയിലും പദപ്രയോഗങ്ങളിലും വന്ന മാറ്റങ്ങൾമൂലം കാലഹരണപ്പെട്ടതായി കാണാം. അതുകൊണ്ട് വേറെയും പല വിവർത്തനങ്ങൾ ഉണ്ടായി. ഏറ്റവും ഒടുവിലായി ഉണ്ടായ ഇംഗ്ലീഷ് വിവർത്തനങ്ങളിൽ താരതമ്യേന മെച്ചപ്പെട്ടത് ഏണസ്റ്റ് മാൻഡൽ എഡിറ്ററായി ബ്രിട്ടനിലെ പെൻഗ്വിൻ പ്രസാധകർ പ്രസിദ്ധീകരിച്ച *മൂലധനം* മൂന്നു വാല്യങ്ങളാണെന്നു തോന്നുന്നു. അവയും ഞങ്ങൾ പരിഷ്കരണത്തിനായി ഉപയോഗപ്പെടുത്തിയെങ്കിലും മുഖ്യമായും ആശ്രയിച്ചത് മോസ്കൊ പതിപ്പുകളെയാണ്.

ഇങ്ങനെ ഉള്ള പ്രഗൽഭമതികളുടെ മികവുറ്റ വിവർത്തനം പരിഷ്കരിക്കാൻ പുറപ്പെട്ടത് ഒരു സാഹസം തന്നെയായിരുന്നു. മേൽപ്പറഞ്ഞ കാരണങ്ങളാൽ അത് ഒഴിച്ചുകൂടാനാവാത്ത ഒരു കർത്തവ്യമായി. പ്രൊഫ. വി ആർ ഗോപിനാഥൻനായർ, ഡോ. എം പി പരമേശ്വരൻ, ഡോ: തോമസ് ഐസക് എന്നിവർ സഹകരിക്കാനും ഉണ്ടായതുകൊണ്ട് ആ സാഹസത്തിനു മുതിർന്നുവെന്നേയുള്ളു. കാര്യമായ കുറെയേറെ മാറ്റങ്ങൾ വരുത്താനും നോട്ടപ്പിശകുകൾ തിരുത്താനും ഒക്കെ കഴിഞ്ഞുവെങ്കിലും രണ്ടാം പതിപ്പിന്റെ പരിഷ്കരണം ഞങ്ങളെ പൂർണമായി തൃപ്തിപ്പെടുത്തിയിട്ടില്ല. പരിഷ്കരിക്കേണ്ട പലതും ഇനിയും അവശേഷിക്കുന്നു. ഇടയ്ക്കിടക്ക് കൂട്ടുചേർന്ന് ചർച്ച ചെയ്യാനും താന്താങ്ങളുടെ തിരുത്തുകൾ പരസ്പരം കൈമാറി ഐകരൂപ്യം വരുത്താനും മറ്റും കഴിഞ്ഞാലേ പരിഷ്കരണം കുറ്റമറ്റതാവൂ. അതിനായി ചിലപ്പോൾ ഏതാനും ദിവസങ്ങളോ, ആഴ്ചകളോ ഒരിടത്ത് കൂടിയിരുന്ന് മുഴുവൻ സമയവും സഹകരിച്ച് പ്രവർത്തിക്കുകയും വേണം. ഇതിനൊന്നുമുള്ള സംവിധാനം ഉണ്ടാക്കാൻ എന്തുകൊണ്ടോ എസ് പി സി എസിന് കഴിഞ്ഞില്ല. എങ്കിലും ഞങ്ങളുടെ യത്നം ഒരിക്കലും വ്യർഥമായിരുന്നില്ല. ഇനിയൊരു പതിപ്പ് വേണ്ടിവരുമ്പോൾ കുറെക്കൂടി സമർഥമായ ഏർപ്പാടുകൾ ഉണ്ടാകാം എന്നാശിക്കുക-പരിഷ്കർത്താക്കൾ ആരായാലും.

ഈ രണ്ടാം പതിപ്പിന്റെ പ്രസിദ്ധീകരണത്തോടുകൂടി ഗ്രന്ഥകാരനെയും കൃതിയെയും പരിചയപ്പെടുത്താൻ ഒരു ആമുഖ പ്രബന്ധമോ കൃതിയോ വേണമെന്ന എസ് പി സി എസിന്റെ നിർദേശമാണ് *മാർക്സും മൂലധനവും* എഴുതാൻ പ്രേരകമായത്. വിശ്വവൈജ്ഞാനിക ചരിത്രത്തിലെ ഒരു വഴിത്തിരിവിനെയാണ് *മൂലധനം* ഉൽഘാടനം ചെയ്തത് എങ്കിൽ അതിന്റെ സൃഷ്ടിപ്രക്രിയ ഉന്മേഷദായകമെന്നപോലെ കദനകലുഷിതവുമായ ഒരു ഇതിഹാസമായിരുന്നു. അത് വിവരിക്കാനും വളരെ ചുരുക്കത്തിൽ *മൂലധന* വാല്യങ്ങളുടെ ഉള്ളടക്കം പ്രതിപാദിക്കാനും മാത്രമേ ഈ കൃതിയിൽ ശ്രമിച്ചിട്ടുള്ളു. *മൂലധന*മെന്ന വിജ്ഞാനപാരാ

വാരം ഈ കൊതുമ്പുവള്ളംകൊണ്ട് തുഴഞ്ഞുകയറാൻ സാധിക്കുമെന്ന യാതൊരു വ്യാമോഹവും എനിക്കില്ല. വാസ്തവം പറഞ്ഞാൽ *മൂലധന*ത്തിന്റെ - ഇപ്പോൾ മലയാളത്തിൽ പ്രസിദ്ധീകരിച്ച മൂന്ന് വാല്യങ്ങളും മൂലധനത്തിന്റെ നാലാം വാല്യമായി പരിഗണിക്കപ്പെടുന്ന *മിച്ചമൂല്യ സിദ്ധാന്തങ്ങളും* - സത്തയും സങ്കീർണതയും വൈവിധ്യവും പഠിക്കാൻ ഉതകുന്ന ഏതാനും പഠന പ്രവേശികകൾ തന്നെ വേണ്ടതാണ്. *മൂലധന*ത്തിൽ അർഥശാസ്ത്രം മാത്രമല്ല ഉള്ളത്. ദർശനം, ചരിത്രം, നരവംശശാസ്ത്രം, സൗന്ദര്യസിദ്ധാന്തം തുടങ്ങി അതിലടങ്ങുന്ന വിഷയങ്ങൾക്കുപുറമെ *മൂലധന*ത്തിന്റെ ഘടനാവിശേഷവും രീതിശാസ്ത്രവും വളരെ ഏറെ പഠനങ്ങൾക്കും കൃതികൾക്കും വിഷയമായിട്ടുണ്ട്. അവയും മലയാളവായനക്കാർക്ക് അഭിഗമ്യമാകത്തക്കവിധം ഒരു പ്രവേശികാ പരമ്പര ആസൂത്രണം ചെയ്യപ്പെടേണ്ടതുണ്ട് എന്ന് ഇ എം എസ് നമ്പൂതിരിപ്പാട് ഈയിടെ നിർദേശിക്കുകയുണ്ടായി. കാലക്രമത്തിൽ ചിന്ത പബ്ലിഷേഴ്സ് ഈ കർത്തവ്യവും നിർവഹിക്കും എന്ന് ആശിക്കട്ടെ.

ഇതിനിടയിൽ ഇ എം എസ് എഡിറ്റോറിയൽ ബോർഡ് അധ്യക്ഷനായി പ്രസിദ്ധീകരണം ആരംഭിച്ചിരിക്കുന്ന മാർക്സിസ്റ്റ് ക്ലാസിക് പഠനാവലിയിലെ രണ്ടാം നമ്പരായി ഈ പുസ്തകത്തിന്റെ ഒരു പരിഷ്കരിച്ച പതിപ്പ് ഇറക്കണം എന്ന് അദ്ദേഹം നിർദേശിച്ചു. (ഒന്നാമത്തേത് *കമ്യൂണിസ്റ്റ് മാനിഫെസ്റ്റോ*യെക്കുറിച്ചുള്ള സി ഉണ്ണിരാജയുടെ പുസ്തകം). എന്റെ ഈ ചെറുപുസ്തകം പുനഃപ്രസിദ്ധീകരണത്തിന് അർഹമാണ് എന്ന ഇ എം എസിന്റെ അഭിപ്രായത്തെക്കാൾ കവിഞ്ഞ ഒരു യോഗ്യതാപത്രം എനിക്ക് കിട്ടാനില്ല. ഇതിന്റെ പരിമിതികൾ അറിഞ്ഞുകൊണ്ടുതന്നെ ഇ എം എസിന്റെ വാത്സല്യപൂർവമായ പ്രോത്സാഹനത്തിന് കൃതജ്ഞത രേഖപ്പെടുത്തട്ടെ.

വളരെയൊന്നും മാറ്റങ്ങൾ ഇതിൽ വരുത്തിയിട്ടില്ല. 1990-91 ലെ സോവിയറ്റ് തകർച്ചയെത്തുടർന്നുള്ള സംഭവവികാസങ്ങളെ പ്രത്യേകിച്ച് വിചാരവിപ്ലവരംഗത്ത് വന്നിട്ടുള്ള പ്രവണതകളെ - അൽപ്പം വിസ്തരിച്ച് ചർച്ച ചെയ്തിട്ടുണ്ട്. കൂടാതെ *മൂലധനം* മൂന്ന് വാല്യങ്ങളിലെ പരാമൃഷ്ട വിഷയങ്ങൾ ഒരു പുതിയ അധ്യായമായി എഴുതിച്ചേർക്കുകയും ചെയ്തു. അത്രമാത്രം.

ഈ പരിഷ്കരിച്ച പതിപ്പ് പുറത്തുകൊണ്ടുവരാൻ സഹായിച്ച ചിന്ത പബ്ലിഷേഴ്സ് മാർക്സിസ്റ്റ് പഠനാവലിയുടെ മുഖ്യ ആസൂത്രകൻ ഇ എം എസ്, ചിന്ത പബ്ലിഷേഴ്സ് എഡിറ്റർ സി ഭാസ്കരൻ എന്നിവരോടും ഇതിന്റെ പ്രഥമ പ്രസാധകരായ എസ് പി സി എസിനോടും ഞാൻ കടപ്പെട്ടിരിക്കുന്നു. ഇത് സ്വീകരിക്കുന്നത് ഫ്രഡറിക് എംഗൽസിന്റെ 99-ാം ചരമദിനാചരണവേളയിലാണ് എന്നത് ചാരിതാർഥ്യജനകമാണ്.

എ കെ ജി പഠന ഗവേഷണകേന്ദ്രം **പി ഗോവിന്ദപ്പിള്ള**
1994 ജൂലായ് 25

1

മുഖവുര

മുനികൾക്കും മുനിയായി,
മണിരത്നഖനിയായി-
ഖനിയായി, ദ്ധനതത്ത്വ-
പ്രണവത്തിന്നുയിരേകി
ഉയിരേകി, ത്തൊഴിലുകളി-
ലുണർവരുളീ കാറൽമാർക്സ്!
മാർക്സിനെ നീ കവിമാതേ,
മാനിക്കാൻ തുയിലുണരൂ!

ചങ്ങമ്പുഴ

ആയിരത്തി എണ്ണൂറ്റി അറുപത്തി ഏഴ് സെപ്തംബർ 14-ാം തിയതി വിശ്വവൈജ്ഞാനിക പുരോഗതിയുടെയും സാമൂഹ്യ വിപ്ലവത്തിന്റെയും ചരിത്രത്തിൽ ഒരു പുതിയ അധ്യായത്തിന്റെ ആരംഭം കുറിച്ചു. അന്ന് ജർമനിയിലെ ഹാംബർഗ് നഗരത്തിലെ ഒരു പ്രസിദ്ധീകരണശാല കാൾ മാർക്സിന്റെ (1818–'83) *മൂലധനം* ഒന്നാം വാല്യം 1000 കോപ്പി അച്ചടിച്ച് പുറത്തിറക്കി. ജർമൻഭാഷയിൽ ആ പുസ്തകത്തിന്റെ പേര് *ദാസ് ക്യാപിറ്റൽ (Das Capital)* എന്നായിരുന്നു. ഇംഗ്ലീഷിൽ അത് *ക്യാപിറ്റൽ (Capital)* ആയി. *മൂലധന*ത്തിന്റെ രണ്ടും മൂന്നും വാല്യങ്ങൾ മാർക്സിന്റെ മരണ ശേഷം അദ്ദേഹത്തിന്റെ ആത്മസുഹൃത്തും ശാസ്ത്രീയ സോഷ്യലിസത്തിന്റെ സഹസ്ഥാപകനുമായ ഫ്രഡറിക് എംഗൽസ് (1820–'95) എഡിറ്റുചെയ്ത് യഥാക്രമം 1885-ലും 1894-ലും പ്രസിദ്ധീകരിച്ചു. *മൂലധന*ത്തിന് ഒരു നാലാം വാല്യം കൂടിയുണ്ട്. അത് എഡിറ്റുചെയ്ത് പ്രസിദ്ധീകരി

ച്ചത് ജർമൻ സോഷ്യൽ ഡമോക്രാറ്റിക്ക് പാർട്ടി നേതാവായിരുന്ന കാൾ കൗത്സ്കിയാണ് (1854-1938). എംഗൽസിന്റെ മരണശേഷം 1905-ൽ പ്രസിദ്ധീകരിക്കപ്പെട്ട ഈ നാലാം വാല്യത്തിന് *മൂലധനം* IV വാല്യം എന്നല്ല മിച്ചമൂല്യ സിദ്ധാന്തങ്ങൾ എന്ന പേരാണ് നൽകിയിരിക്കുന്നത്.

കാൾ കൗത്സ്കി മഹാപണ്ഡിതനും എംഗൽസിന്റെ നേരിട്ടുള്ള ശിഷ്യനും ആയിരുന്നുവെങ്കിലും മാർക്സിസത്തിന്റെ തൊഴിലാളിവർഗ വിപ്ലവസത്ത പൂർണമായി ഉൾക്കൊണ്ടിരുന്നില്ല. അതുകൊണ്ട് രണ്ടാം ഇന്റർനാഷണലിന്റെ മിതവാദരാഷ്ട്രീയത്തിലേക്ക് വഴുതിപ്പോയ കൗത്സ്കിക്ക് 1917-ൽ ഒക്ടോബർ വിപ്ലവത്തോടുകൂടി മാർക്സിസം ഒരു ഭൗതികസാമൂഹ്യ യാഥാർത്ഥ്യമായി മാറിയപ്പോൾ അതുൾക്കൊള്ളാൻ കഴിയാതെ വന്നു. തൊഴിലാളിവർഗ വിപ്ലവവും വഞ്ചകനായ കൗത്സ് കിയും (1918) എന്ന പേരിൽ ഒക്ടോബർ സോഷ്യലിസ്റ്റ് വിപ്ലവത്തിന്റെ ശിൽപ്പി, വി ഐ ലെനിൻ എഴുതിയ വിമർശനഗ്രന്ഥം പേരുകേട്ടതാണ്. കൗത്സ്കിയുടെ ഈ വ്യതിയാനങ്ങളും വികൽപ്പങ്ങളും 1905-ൽ മിച്ചമൂല്യസിദ്ധാന്തങ്ങളുടെ കുഴഞ്ഞുമറിഞ്ഞ കൈയെഴുത്ത് കടലാസുകൾ ക്രമീകരിച്ച് എഡിറ്റ് ചെയ്യുമ്പോഴും പ്രകടമായിരുന്നു എന്ന് ആ പതിപ്പ് വായിക്കുന്ന ആർക്കും ബോധ്യമാകും. അതുകൊണ്ട് അതേ കൈയെഴുത്തു രേഖകൾ പരിശോധിച്ച് തെറ്റുകൾ തിരുത്തി 1953-ൽ മോസ്കൊവിലെ ഇൻസ്റ്റിറ്റ്യൂട്ട് ഫോർ മാർക്സിസം - ലെനിനിസം പ്രസിദ്ധീകരിച്ചതാണ് ഇപ്പോൾ ലോകമെങ്ങും ആധികാരികമായി അംഗീകരിക്കപ്പെടുന്ന പതിപ്പ്.

*മൂലധന*ത്തിന്റെ ഒന്നാം വാല്യം പ്രസിദ്ധീകരിച്ച 1867-പോലെ തന്നെ വിശ്വവൈജ്ഞാനിക ചരിത്രത്തിൽ പ്രാധാന്യമർഹിക്കുന്ന മറ്റൊരു വർഷമാണ് 1859. ആ വർഷത്തിലാണ് വൈജ്ഞാനിക ലോകത്തെന്നപോലെ മത-സാമൂഹ്യ-രാഷ്ട്രീയ രംഗങ്ങളിൽ കോളിളക്കം സൃഷ്ടിച്ച ചാൾസ് ഡാർവിന്റെ സ്പീഷീസുകളുടെ ഉത്ഭവം പ്രസിദ്ധീകരിച്ചത്. പിൽക്കാലത്ത് *മൂലധന*ത്തിൽ അന്തിമരൂപം നൽകിയ മാർക്സിസ്റ്റ് സാമ്പത്തിക സിദ്ധാന്തത്തിന്റെ പ്രാഥമികരൂപരേഖ അടങ്ങുന്ന മാർക്സിന്റെ ഒന്നാമത്തെ സമ്പൂർണ സാമ്പത്തിക ശാസ്ത്രവും ആ വർഷത്തിലാണ് പ്രസിദ്ധീകരിക്കപ്പെട്ടത്. അതിന്റെ പേര് *അർഥശാസ്ത്രനിരൂപണത്തിന് ഒരു സംഭാവന* എന്നാണ്. ഇംഗ്ളീഷിൽ .... ഒരുപക്ഷേ, ഈ പുസ്തകത്തേക്കാൾ പ്രസിദ്ധമാണ് അതിന്റെ ആമുഖം. അതിലാണ് മാർക്സ് മനുഷ്യസമൂഹത്തിന്റെയും ആശയലോകത്തിന്റെയും വികാസനിയമങ്ങളും അത് തമ്മിലുള്ള ബന്ധവുമെല്ലാം അടങ്ങുന്ന ചരിത്രപരമായ ഭൗതികവാദം എന്ന മൗലിക മാർക്സിസ്റ്റ് സിദ്ധാന്തത്തിന്റെ പൂർണരൂപം ഇദംപ്രഥമമായി അവതരിപ്പിക്കുന്നത്. പിന്നീട് മാർക്സും എംഗൽസും ഈ ആവിഷ്കാരത്തെ കൂടുതൽ വിശദീകരിക്കുകയും കുറതീർക്കുകയും മറ്റും ചെയ്തിട്ടുണ്ട്. എങ്കിലും ഇത്ര സമഗ്രവും ഹ്രസ്വവുമായ ഒരു ക്ലാസിക്കൽ പ്രസ്താവന മാർക്സോ എംഗൽസോ ഇതിനുമുമ്പോ പിമ്പോ ചെയ്തതായി കാണുന്നില്ല. ചരിത്രപരമായ ഭൗതികവാദത്തെക്കുറിച്ച് ഈ ആമുഖത്തിൽ മാർക്സ് ഇപ്രകാരം പറയുന്നു.

ഞാൻ എത്തിച്ചേർന്നതും അങ്ങനെ എത്തിച്ചേർന്നതിനു ശേഷം എന്റെ പഠനങ്ങൾക്ക് മാർഗദർശകതത്ത്വമായി ത്തീർന്നതുമായ സാമാന്യനിഗമനം ഇപ്രകാരം സംഗ്രഹി ക്കാം. തങ്ങളുടെ നിലനിൽപ്പിനുവേണ്ടിയുള്ള സാമൂഹ്യോ ൽപ്പാദനത്തിനിടയിൽ ആളുകൾ അനുപേക്ഷണീയമായി നിശ്ചിത ബന്ധങ്ങളിൽ ഏർപ്പെടുന്നു. ഈ ബന്ധങ്ങൾ അവ രുടെ ഇച്ഛയിൽനിന്ന് സ്വതന്ത്രമായിട്ടുള്ളതാണ്. അതായത്, അവരുടെ ഭൗതികമായ ഉൽപ്പാദനശക്തികളുടെ വികാസ ത്തിലെ ഒരു നിർദിഷ്ട ഘട്ടത്തിനു ചേർന്ന ഉൽപ്പാദനബ ന്ധങ്ങളാണവ. ഈ ഉൽപ്പാദനബന്ധങ്ങളുടെ സാകല്യമാണ് സമൂഹത്തിന്റെ സാമ്പത്തിക ഘടനയുടെ അടിസ്ഥാനം; നിയമപരവും രാഷ്ട്രീയവുമായ ഒരു മേൽപ്പുരക്കുള്ള യഥാർഥ അടിത്തറ ഇതാണ്. സാമൂഹ്യബോധത്തിന്റെ നിശ്ചിതരൂപങ്ങൾ ഇതിനോട് പൊരുത്തപ്പെടുന്നതുമായിരി ക്കും. ഭൗതിക ജീവിതത്തിന്റെ ഉൽപ്പാദന സമ്പ്രദായമാണ് സാമൂഹ്യവും രാഷ്ട്രീയവും ബുദ്ധിപരവുമായ ജീവിത ത്തിന്റെ സാമാന്യപ്രക്രിയക്ക് കളമൊരുക്കുന്നത്. മനുഷ്യ രുടെ ബോധം അവരുടെ അസ്തിത്വത്തെ നിർണയിക്കുക യല്ല ചെയ്യുന്നത്. അവരുടെ സാമൂഹ്യാസ്തിത്വം അവരുടെ ബോധത്തെ നിർണയിക്കുകയാണ് ചെയ്യുന്നത്; വികാസ ത്തിന്റെ ഒരു പ്രത്യേക ഘട്ടത്തിൽ സമൂഹത്തിന്റെ ഉൽപ്പാ ദകശക്തികളും നിലവിലുള്ള ഉൽപ്പാദകബന്ധങ്ങളും തമ്മിൽ - നിയമഭാഷയിൽ പറഞ്ഞാൽ, ഏതൊരു സ്വത്തു ടമബന്ധങ്ങളുടെ ചട്ടക്കൂട്ടിനുള്ളിലാണോ അവ ഇതുവരെ പ്രവർത്തിച്ചുവന്നത് ആ സ്വത്തുടമബന്ധങ്ങളും തമ്മിൽ - സംഘട്ടനമുണ്ടാക്കുന്നു. ഉൽപ്പാദനശക്തികളുടെ വികാസ സ്വരൂപങ്ങളെന്ന നില വിട്ട് ഈ ബന്ധങ്ങൾ അവയെ കെട്ടി യിടുന്ന കാൽചങ്ങലകളായി മാറുന്നു. അതോടെ സാമൂഹ്യ വിപ്ലവത്തിന്റെ ഒരു യുഗം ആരംഭിക്കുന്നു. സാമ്പത്തികമായ അടിത്തറയിലുണ്ടാകുന്ന മാറ്റങ്ങൾ ഇന്നല്ലെങ്കിൽ നാളെ ഭീമമായ മേൽപ്പുരയുടെ ആകെയുള്ള പരിവർത്തനത്തിനു വഴിതെളിക്കും. അപ്രകാരമുള്ള പരിവർത്തനങ്ങളെപ്പറ്റി പഠി ക്കുമ്പോൾ ഉൽപ്പാദനത്തിന്റെ സാമ്പത്തികസാഹചര്യങ്ങ ളുടെ ഭൗതികമായ പരിവർത്തനവും - പ്രകൃതിശാസ്ത്ര ത്തിന്റത്ര കൃത്യതയോടെ നിർണയിക്കാൻ കഴിയുന്ന ഒന്നാണ് - നിയമപരമോ രാഷ്ട്രീയമോ മതപരമോ കലാ പരമോ തത്ത്വശാസ്ത്രപരമോ ആയ പരിവർത്തനവും തമ്മിൽ - ചുരുക്കത്തിൽ, ഏതെല്ലാം പ്രത്യയശാസ്ത്ര പരമായ രൂപങ്ങളിലാണോ ആളുകൾ ഈ സംഘട്ടനത്തെപ്പറ്റി

> ബോധവാന്മാരാകുകയും സമരം ചെയ്ത് അതിന് പരിഹാരം കാണുകയും ചെയ്യുന്നത് ആ രൂപങ്ങളും തമ്മിൽ - എല്ലായ്പോഴും വേർതിരിച്ച് കാണേണ്ടത് ആവശ്യമാണ്. ഒരുവൻ തന്നെപ്പറ്റി എന്തുവിചാരിക്കുന്നുവെന്നതനുസരിച്ചല്ലല്ലോ നാം അയാളെ വിലയിരുത്തുന്നത്. അതുപോലെ തന്നെ, ഒരു പരിവർത്തന കാലയളവിനെയും അതിന്റെ ബോധംവച്ചു വിലയിരുത്താനാവില്ല. നേരെമറിച്ച്, ഈ ബോധത്തെ ഭൗതിക ജീവിതത്തിന്റെ വൈരുധ്യങ്ങൾവച്ച്, ഉൽപ്പാദനത്തിന്റെ സാമൂഹ്യശക്തികളും ഉൽപ്പാദനബന്ധങ്ങളും തമ്മിലുള്ള സംഘട്ടനംവച്ച് വിശദീകരിക്കുകയാണ് വേണ്ടത്.

അങ്ങനെ വൈജ്ഞാനിക ലോകത്തെ കീഴ്മേൽ മറിച്ച പരിണാമവാദത്തെയും ചരിത്രപരമായ ഭൗതികവാദത്തെയും സംബന്ധിച്ച സിദ്ധാന്തങ്ങൾ സമഗ്രരൂപത്തിൽ ഇദംപ്രഥമമായി അവതരിപ്പിച്ച വർഷമാണ് 1859. പല സമാനതകളുള്ള ഈ രണ്ട് സിദ്ധാന്തങ്ങൾ ഒരർഥത്തിൽ പരസ്പരപൂരകങ്ങളുമാണ്. ഈ വസ്തുത ആദ്യംതന്നെ കണ്ടറിഞ്ഞവരിൽ പ്രമുഖനാണ് കാൾ മാർക്സ്. ഡാർവിന്റെ പുസ്തകം ചൂടോടെ വാങ്ങി കമ്പോടുകമ്പ് വായിച്ച് ഹൃദിസ്ഥമാക്കിയ മാർക്സ് ആവേശഭരിതനായിട്ടാണ് അതിനെ പ്രകീർത്തിച്ചത്. 1860 ഡിസംബർ 10-ാം തിയതി മാർക്സ് അതേക്കുറിച്ച് എംഗൽസിന് ഇപ്രകാരം എഴുതി:

> നമ്മുടെ സിദ്ധാന്തങ്ങൾക്ക് തികച്ചും അനുയോജ്യമായ പ്രകൃതിചരിത്രപരമായ അടിത്തറയാണ്, ഇംഗ്ലീഷിൽ ഏതാണ്ട് പ്രാകൃതമായ രീതിയിലാണ് എങ്കിലും ഈ കൃതിയിൽ അവതരിപ്പിച്ചിരിക്കുന്നത്.

മാർക്സിന്റെ ശവസംസ്കാരവേളയിൽ എംഗൽസ് നടത്തിയ അനുസ്മരണ പ്രഭാഷണത്തിലും ഇക്കാര്യം പറഞ്ഞിരുന്നു.

> ഡാർവിൻ ജൈവപ്രകൃതിയുടെ വികാസനിയമങ്ങൾ കണ്ടുപിടിച്ചതുപോലെ മാർക്സ് മാനവസമൂഹത്തിന്റെ വികാസനിയമങ്ങൾ കണ്ടുപിടിച്ചു.

മാർക്സും ഡാർവിനും നേരിൽകാണുകയോ പരിചയപ്പെടുകയോ ചെയ്തിരുന്നില്ല. എങ്കിലും അവർ കേട്ടറിഞ്ഞും വായിച്ചും എഴുത്തുകുത്തിലൂടെയും പരസ്പരം അറിഞ്ഞാദരിച്ചിരുന്നു എന്നതിന് തെളിവുണ്ട്. *മാർക്സും മൂലധനവും* ഒന്നാം വാല്യത്തിന്റെ ഒരു പ്രതി സൗഹൃദോപഹാരമായി ഡാർവിന് അയച്ചുകൊടുത്തതിന് ഇപ്രകാരം ഒരു മറുപടി കിട്ടിയതായി കാണുന്നു.

ഒക്ടോബർ 1, 1873

പ്രിയ സർ,

താങ്കളുടെ മൂലധനത്തെക്കുറിച്ചുള്ള മഹനീയഗ്രന്ഥം അയച്ചു തന്ന് എന്നെ ബഹുമാനിച്ചതിന് നന്ദി. അർഥ ശാസ്ത്രം എന്ന സുപ്രധാന വിഷയത്തെക്കുറിച്ച് കൂടുതൽ ഗഹനമായി പഠിച്ച് അതിനുള്ള അർഹത നേടാൻ എനിക്ക് കഴിഞ്ഞിരുന്നെങ്കിൽ എന്ന് ഞാൻ ആശിച്ചുപോകുന്നു.

നമ്മുടെ പഠനമേഖലകൾ വ്യത്യസ്തങ്ങളാണ്. എങ്കിലും ലോകവിജ്ഞാന മേഖലയെ വികസിപ്പിക്കുക എന്നതാണ് നാം ഇരുവരുടേയും ആത്മാർഥമായ ലക്ഷ്യം എന്ന് ഞാൻ വിശ്വസിക്കുന്നു. അതാകട്ടെ ആത്യന്തികമായി മനുഷ്യരാശി യുടെ വർധമാനമായ സൗഖ്യത്തിന് വഴിവയ്ക്കുകയും ചെയ്യും.

എന്ന് പ്രിയ സർ

താങ്കളുടെ വിശ്വസ്തനായ

ചാൾസ് ഡാർവിൻ

19-ാം നൂറ്റാണ്ടിലെ മാനവ ചിന്താസരണികളെ പഴയ ചാലുകളിൽ നിന്ന് വ്യതിചലിപ്പിച്ചു പുതിയ ദിശകളിലേക്ക് തിരിച്ചുവിട്ട ഈ രണ്ട് മഹാ പ്രതിഭകളുടെ സംഭാവനകൾക്ക് ഒന്നേകാൽ നൂറ്റാണ്ടിലധികം പിന്നിട്ടിട്ടും കാലഹരണദോഷം സംഭവിച്ചിട്ടില്ല. തീർച്ചയായും ചില വിശദാംശങ്ങ ളിൽ ഇരുവരുടെയും സംഭാവനകൾക്കു കാലോചിതമായ ഭേദഗതികളും വികാസവും സംഭവിച്ചിട്ടുണ്ട് എന്നു മാത്രമല്ല ഇപ്പോഴും സംഭവിച്ചുകൊ ണ്ടിരിക്കുന്നു. അതോടൊപ്പം ഇരുവരേയും ചുറ്റിപ്പറ്റിയുള്ള വിവാദകോ ലാഹലങ്ങളും അസ്തമിച്ചിട്ടില്ല. എന്നാലും ഇരുവരുടെയും സംഭാവന കളുടെ സത്തയും പദപ്രയോഗങ്ങൾപോലും ആധുനിക അവബോധ ത്തിന്റെ അവിഭാജ്യഘടകങ്ങളായി മാറിയിരിക്കുന്നു. അതുകൊണ്ട് ഡാർവിനും മാർക്സുമായി 'മുഖപരിചയം' പോലും ഇല്ലാത്തവരെ ആധു നികയുഗത്തിൽ അഭ്യസ്തവിദ്യരായി പരിഗണിക്കാനാവുകയില്ല.

മാർക്സിന്റെ സിദ്ധാന്തങ്ങൾ ഒരുകാലത്ത് അവജ്ഞയോടെ അവ ഗണിച്ചിരുന്ന പണ്ഡിതലോകവും സർവകലാശാലകളും ഇന്ന് അവയെ ഒരു ഫാഷന്റെ പദവിയിലോളം ഉയർത്തിയിരിക്കുന്നു. രണ്ടാം ലോകമ ഹായുദ്ധാനന്തര കാലത്ത് മാർക്സിസത്തിന് കൈവന്നിരിക്കുന്ന അദ്ഭു തകരമായ സാർവത്രിക അംഗീകാരം പ്രശസ്ത ബ്രിട്ടീഷ് ധനശാസ്ത്ര ജ്ഞയായ പ്രൊഫസർ ജോവാൻ റോബിൻസന്റെ (1903 – '82) അനു ഭവം സിദ്ധവൽക്കരിക്കുന്നു.

റോബിൻസന്റെ പ്രസിദ്ധമായ ഒരു ബെസ്റ്റ് സെല്ലറാണ് മാർക്സി യൻ ധനശാസ്ത്രത്തെക്കുറിച്ചുള്ള പ്രബന്ധം. അതിന്റെ ഒന്നാംപതിപ്പ് 1942-ൽ പ്രസിദ്ധീകരിച്ചു. പിന്നീട് തുടരെത്തുടരെ പുതിയ പകർപ്പു

പതിപ്പുകൾ വന്നുകൊണ്ടിരുന്നെങ്കിലും പരിഷ്കരിച്ച പതിപ്പ് സുമാർ കാൽനൂറ്റാണ്ടിനുശേഷം 1966-ൽ ആണ് വന്നത്. 1942-ൽ ഇംഗ്ലണ്ടിലും അമേരിക്കയിലും മറ്റും കൊടികുത്തിവാണിരുന്നത് ജോൺ മെയ്നാർഡ് കെയിൻസിന്റെ (1883-1946) പരിഷ്കൃത മുതലാളിത്ത സിദ്ധാന്തമാണ്. റോബിൻസൻ തന്നെ കെയിൻസിന്റെ വത്സലശിഷ്യയായിരുന്നു. കെയിൻസിസത്തിന്റെ ആവിർഭാവത്തോടുകൂടി പണ്ടേതന്നെ കഴമ്പില്ലാത്ത മാർക്സിസത്തിന്റെ കഥ തീർന്നുവെന്ന് പടിഞ്ഞാറൻ യൂറോപ്പിലും രാഷ്ട്രീയമായി എന്നപോലെ മാനസികമായും യൂറോപ്പിന്റെ അടിമകളായിരുന്ന ഇന്ത്യതൊട്ടുള്ള നാടുകളിലും പണ്ഡിതമ്മന്യന്മാർ വിളിച്ചുകൂവി നടന്നിരുന്ന കാലമായിരുന്നു അത്. അപ്പോൾ പിന്നെ കെയിൻസ് പ്രഭു ശാരീരികമായും ബൗദ്ധികമായും നിറഞ്ഞുനിന്നിരുന്ന കേംബ്രിഡ്ജ് സർവകലാശാലയിലെ കഥ പറയാനില്ലല്ലോ. ഈ അവസ്ഥയിലാണ് 1942-ൽ റോബിൻസൻ തന്റെ ലഘുപ്രബന്ധം പ്രസിദ്ധീകരിച്ചത്. 1966 -ൽ പരിഷ്കരിച്ച പതിപ്പിന് എഴുതിയ അവരുടെ ആമുഖം ഇങ്ങനെയാണ് ആരംഭിക്കുന്നത്.

> ഈ പുസ്തകം എഴുതിയശേഷമുള്ള 25 വർഷക്കാലത്ത് ഇതിൽ ചർച്ച ചെയ്യുന്ന പ്രശ്നങ്ങളെക്കുറിച്ച് ധാരാളം വാദപ്രതിവാദങ്ങൾ നടന്നു - അക്കാദമിക് ഭാഗത്തെന്നപോലെ മാർകിസിസ്റ്റ് ഭാഗത്തും. അക്കാലത്ത് ഇംഗ്ലണ്ടിലുള്ള എന്റെ അക്കാദമിക് സഹപ്രവർത്തകർ മാർക്സിസത്തെക്കുറിച്ചുള്ള പഠനത്തെ വിചിത്രമായ ഒരുവക വിശ്രമവിനോദമായിട്ടാണ് കരുതിയത്. അമേരിക്കൻ ഐക്യനാട്ടിലാകട്ടെ അത് തികച്ചും ആക്ഷേപകരമായ ഒരു പ്രവർത്തനമായി പരിഗണിക്കപ്പെട്ടുവന്നു. (എങ്കിലും മാർക്സിന്റെ കൃതികളോട് അസഹ്യത പുലർത്തിപ്പോന്ന കെയിൻസ് എന്റെ *പ്രബന്ധ*ത്തെ കാരുണ്യപൂർവമാണ് സ്വീകരിച്ചത്.) എന്നാൽ ഇപ്പോഴത്തെ സ്ഥിതി നേരേമറിച്ചാണ്. ഗുരുവിനെ (മാർക്സിനെ)ക്കുറിച്ചുള്ള ഏത് വിമർശനവും ഔദ്ധത്യപൂർണമായ നിന്ദയായി കരുതപ്പെടുന്നു....

പ്രബന്ധത്തിന്റെ രണ്ടാം പതിപ്പിനുശേഷം സ്ഥിതിഗതികൾ വീണ്ടും മാർക്സിസത്തിന് അനുകൂലമായി മാറി. മാർക്സിനോടും കമ്യൂണിസത്തോടും കടുത്ത ശത്രുത പുലർത്തുന്ന അമേരിക്കയിലെ *ടൈം* വാരിക പോലും പടിഞ്ഞാറൻ യൂറോപ്യൻ സർവകലാശാലകളിൽ മാർക്സിസത്തിന് കൈവന്നുകൊണ്ടിരിക്കുന്ന പുത്തൻ വസന്തത്തെക്കുറിച്ച് കവർ സ്റ്റോറി പ്രസിദ്ധീകരിച്ചു. 1960-കളുടെ മധ്യത്തോടെ അമേരിക്കയിൽ കൊടുങ്കാറ്റുപോലെ ആഞ്ഞടിച്ച് പടിഞ്ഞാറൻ യൂറോപ്യൻ നഗരങ്ങളിലും അലകളുയർത്തിയ വിയറ്റ്നാം യുദ്ധവിരുദ്ധമുന്നേറ്റം സർവകലാശാലകളിലും പ്രതികരണം ഉളവാക്കി. 1968-ലെ ഫ്രഞ്ച് വിദ്യാർഥി കലാപവും

തുടർന്ന് വ്യാപിച്ച ഭൂഖണ്ഡാന്തര യുവജനപ്രക്ഷോഭങ്ങളും സമാധാന പ്രസ്ഥാന വ്യാപ്തിയും മൂന്നാം ലോക വിമോചന സമരങ്ങളും ഈ പുത്തൻവസന്തത്തിന്റെ വർണഭംഗിയും സൗരഭ്യവും വ്യാപിപ്പിച്ചു. ഇപ്പോൾ പ്രശസ്തരായ മാർക്സിസ്റ്റ് പ്രൊഫസർമാരില്ലാത്ത സർവകലാശാലകൾ പടിഞ്ഞാറൻ നാടുകളിൽപ്പോലും ചുരുക്കമാണ്. സോർബോൺ, കേംബ്രിഡ്ജ്, ഓക്സ്ഫോർഡ്, ഹാർവാഡ്, ബെർകലെ, ഉപ്സാല, ജവഹർലാൽ നെഹ്റു തുടങ്ങി മുതലാളിത്ത ലോകത്തിലെ ഏതു പ്രമുഖ സർവകലാശാല എടുത്താലും അവയെക്കുറിച്ചെല്ലാം നിഷേധഭയം കൂടാതെ ഈ പ്രസ്താവന ആവർത്തിക്കാം.

രണ്ടാംലോക മഹായുദ്ധത്തിനുശേഷമുള്ള മാർക്സിസത്തിന്റെ ക്രമപ്രവൃദ്ധമായ ഈ മുന്നേറ്റത്തിന് 1990-ാമാണ്ടിനിടയ്ക്ക് ആരംഭിച്ച സോവിയറ്റ് യൂണിയന്റെയും കിഴക്കൻ യൂറോപ്യൻ സോഷ്യലിസ്റ്റ് രാജ്യങ്ങളുടെയും തകർച്ച തിരിച്ചടിയായില്ലേ എന്ന ചോദ്യം ന്യായമാണ്. ഈ കനത്ത പ്രഹരങ്ങളെ അവഗണിക്കുകയോ നിസാരമായി കരുതുകയോ ചെയ്യുന്നത് വിവേകപൂർവമോ യുക്തിസഹമോ ആയിരിക്കില്ല. ഈ തകർച്ചയ്ക്കും തിരിച്ചടിക്കും വഴിവച്ച ദൗർബല്യങ്ങളും പോരായ്മകളും കണ്ടെത്തി പരിഹാരനിർദേശങ്ങൾ ആവിഷ്കരിക്കേണ്ടതുണ്ട്. എന്നാൽ അപ്രകാരം ചെയ്യുന്നതിനുപകരം ഈ യൂറോപ്യൻ തകർച്ചയോടെ മാർക്സിസം ആകെ തകർന്നതായി എതിരാളികൾ വീമ്പടിക്കുന്നതും അനുകൂലികൾ നിരാശയിൽ അമരുന്നതും വിവേകരഹിതമായിരിക്കും.

മാർക്സിസമാകെ പരാജയപ്പെട്ടിരിക്കുന്നുവെന്നും സോഷ്യലിസ്റ്റ് വിപ്ലവം ഇനി ആവർത്തിക്കാൻ അർഹമല്ലാത്ത ഒരു ക്ഷണികസ്വപ്നം മാത്രമായിരുന്നുവെന്നും മറ്റുമുള്ള വാദങ്ങളെ 1990-നുശേഷമുള്ള സംഭവഗതികൾ ഒട്ടും ന്യായീകരിക്കുന്നില്ല. പുതിയ ഭരണമാറ്റത്തെ തുടർന്ന് മുൻസോവിയറ്റ് യൂണിയനിലും കിഴക്കൻ യൂറോപ്യൻ രാജ്യങ്ങളിലും നടന്ന പൊതുതിരഞ്ഞെടുപ്പുകളിലും ഹിതപരിശോധനകളിലും പഴയ ഭരണനേതൃത്വം അമ്പേ പരാജയപ്പെട്ടു. പകരം വന്നവർ പഴയ സോഷ്യലിസ്റ്റ് വ്യവസ്ഥയെയും സമ്പ്രദായങ്ങളെയും ആകെ അഴിച്ചുപണിത് സർവതന്ത്ര സ്വതന്ത്രമായ മുതലാളിത്തത്തിനും പടിഞ്ഞാറൻ നുഴഞ്ഞുകയറ്റക്കാർക്കും വഴിതുറന്നിട്ടു.

എന്നാൽ അധികം താമസിയാതെ തന്നെ ഈ സ്വകാര്യവൽക്കരണത്തിന്റെയും പടിഞ്ഞാറൻ നുഴഞ്ഞുകയറ്റത്തിന്റെയും ദുരനുഭവങ്ങൾ പ്രകടമാകാൻ തുടങ്ങി. സാമ്പത്തികമായി വ്യവസായങ്ങൾ വളരുന്നതിനുപകരം തളരുകയും കൃഷിയിടങ്ങൾ അധോഗതിയിലേക്ക് പിടഞ്ഞുവീഴുകയും തൊഴിലില്ലായ്മയും വിലക്കയറ്റവും നിരന്തരം പെരുകി വരികയും ചെയ്തപ്പോൾ രാഷ്ട്രീയമായി അരാജകത്വം കൊടികുത്തിവാണു. സോവിയറ്റ് യൂണിയനും യുഗോസ്ളാവിയയും ശിഥിലമായി എന്നുമാത്രമല്ല ശിഥിലീകൃത ഘടകങ്ങൾ പരസ്പരം യുദ്ധങ്ങളിലേക്കും രക്തച്ചൊരിച്ചിലുകളിലേക്കും നീങ്ങുകയും ചെയ്തു. വംശീയവും മതപരവും

ആയ കലഹങ്ങൾ പലയിടത്തും പൊട്ടിപ്പുറപ്പെട്ടു. അങ്ങനെ സോഷ്യലിസ്റ്റ് തിരോധാനത്തെ തുടർന്ന് വർഷം നാല് പിന്നിടുന്നതിന് മുമ്പു തന്നെ ഈ രാജ്യങ്ങളിലെ ജനങ്ങൾക്കിടയിൽ വീണ്ടുവിചാരം ആരംഭിച്ചതായി പഴയ സോവിയറ്റ് യൂണിയൻ ഘടകരാഷ്ട്രങ്ങളിലും കിഴക്കൻ യൂറോപ്പിലും നടന്ന പല രണ്ടാംവട്ട തിരഞ്ഞെടുപ്പുകളും തെളിയിച്ചു. സോഷ്യലിസ്റ്റ് തകർച്ചകളുടെ വർഷമായ 1990-ന് സുമാർ ഒരു പതിറ്റാണ്ടുമുമ്പു തന്നെ ലെക് വലേസയുടെ നേതൃത്വത്തിൽ കമ്യൂണിസ്റ്റ് വിരുദ്ധ കലാപം ആരംഭിച്ചുവെന്ന ഖ്യാതിക്കോ അപഖ്യാതിക്കോ അർഹതപ്പെട്ട പോളണ്ടിൽപ്പോലും ഈ വർഷം (1994) നടന്ന തിരഞ്ഞെടുപ്പിൽ ഇടതു പക്ഷങ്ങൾ വമ്പിച്ച വിജയം നേടിയത് കമ്യൂണിസ്റ്റ് വിരുദ്ധ കലാപത്തിന്റെ തലതൊട്ടപ്പനായി പ്രകീർത്തിക്കപ്പെടുന്ന പോളിഷ് പ്രസിഡന്റ് ലെക് വലേസയ്ക്ക് വലിയ തിരിച്ചടിയായി. പശ്ചിമജർമനിയിലെ അളവില്ലാത്ത മൂലധനശേഷിയിൽ പങ്കുപറ്റി സ്വയം സമൃദ്ധിയുടെ വസന്തത്തിലേക്ക് കുതിക്കാം എന്നു കരുതി കിഴക്കൻ ജർമനിയിലെ സോഷ്യലിസ്റ്റ് വ്യവസ്ഥയെ തിരസ്കരിച്ച് പടിഞ്ഞാറൻ ജർമനിയുമായി ഏകീകരിച്ച കിഴക്കൻ ജനതയും പശ്ചാത്തപിച്ചു തുടങ്ങിയിരിക്കുന്നു. പടിഞ്ഞാറൻ ജർമനിയുടെ സമ്പൽസമൃദ്ധി പങ്കിട്ട് കിട്ടിയില്ലെന്നു മാത്രമല്ല മുമ്പുണ്ടായിരുന്ന തൊഴിലും സാമൂഹ്യ സുരക്ഷിതത്വവും സൗജന്യ വിദ്യാഭ്യാസവും സൗജന്യമായ ആരോഗ്യ പരിരക്ഷയും മറ്റും ബർലിൻ ചുവരിന്റെ തകർച്ചയോടെ അപ്രത്യക്ഷമാവുകയായി. കിഴക്കൻ ജർമൻകാരെ വലിഞ്ഞുകയറിയ ദരിദ്രബന്ധുക്കളായി കരുതുന്ന പടിഞ്ഞാറൻ വൈശ്രവണരുടെ അവജ്ഞ കൊണ്ടവർ പൊറുതിമുട്ടുകയും ചെയ്തിരിക്കുന്നു. ഈയിടെ (1994 ജൂൺ) നടന്ന പ്രാദേശിക സ്വയംഭരണ സ്ഥാപന തിരഞ്ഞെടുപ്പുകളിൽ ചാൻസലർ ഹെൽമുട്ട് കോളിന്റെ ക്രിസ്ത്യൻ ഡമോക്രാറ്റിക്ക് വലതുപക്ഷത്തെ പലയിടത്തും തോൽപ്പിച്ച് മുൻകമ്യൂണിസ്റ്റുകാർ എന്ന് മാധ്യമങ്ങൾ വിശേഷിപ്പിക്കുന്ന ഇടതുപക്ഷക്കാർ ജയിച്ചതിന്റെ പൊരുളും മറ്റൊന്നല്ല.

മാർക്സിസത്തിന്റെ രക്ഷാകവചം ഉപേക്ഷിച്ച ഒരൊറ്റ രാജ്യം പോലും പച്ചപിടിക്കാതെ വരളുമ്പോൾ സോവിയറ്റ് തകർച്ചയ്ക്ക് ശേഷവും മാർക്സിസത്തിന്റെ കൊടുക്കൂറ ഉയർത്തിപ്പിടിച്ചു പോരുന്ന ചൈനയും വിയറ്റ്നാമും ജനാധിപത്യ കൊറിയയും (വടക്കൻ) കൊച്ചു ക്യൂബയും നേരെ വിപരീതമായ മറ്റൊരു ചിത്രമാണ് കാഴ്ചവയ്ക്കുന്നത്. ഇവയിൽ ചൈനയുടെയും വിയറ്റ്നാമിന്റെയും മാതൃക പ്രത്യേകിച്ചും അദ്ഭുതകരമാംവണ്ണം ആശാവഹമാണ്. ലോകത്തിലെ ഏറ്റവും സമ്പന്നമായ മുതലാളിത്ത രാഷ്ട്രങ്ങളുടെ (ഒ ഇ സി ഡി) വാർഷിക സാമ്പത്തിക വികാസം ശരാശരി രണ്ട് ശതമാനത്തിൽ താഴെ ആയിരിക്കെ ചൈനയുടേത് 12 ശതമാനത്തിൽ ഏറേയും വിയറ്റ്നാമിന്റേത് എട്ടു ശതമാനത്തിന്റെ മേലെയും ആണ് എന്ന് ലോകബാങ്ക് നടത്തിയ പഠനത്തിൽ (ഈസ്റ്റേൺ മിറക്കിൾ - കിഴക്കൻ മഹേന്ദ്രജാലം 1994) സമർഥിക്കുന്നു.

ഈ കിഴക്കൻ മാതൃകയുടെ രൂപാന്തരമുള്ള മാതൃകകൾ മറ്റു പല മൂന്നാം ലോകരാഷ്ട്രങ്ങളുടെ അനുഭവങ്ങൾ സാക്ഷ്യപ്പെടുത്തുന്നു.

സോവിയറ്റ് തകർച്ചയുടെ കേളികൊട്ട് മുഴങ്ങിത്തുടങ്ങുകയും പുരോഗമന മാനവരാശിയാകെ അതിന്റെ കരിനിഴലിൽ തപ്പിത്തടഞ്ഞുതുടങ്ങുകയും ചെയ്ത ഘട്ടത്തിലാണ് ഐക്യരാഷ്ട്രസഭയുടെ മേൽനോട്ടത്തിൽ മുമ്പത്തെ തെക്കുപടിഞ്ഞാറൻ ആഫ്രിക്കയായ നമീബിയയിൽ തെരഞ്ഞെടുപ്പ് നടന്നത് (1989 നവംബർ). ആ തിരഞ്ഞെടുപ്പിൽ ഭൂരിപക്ഷം നേടിയത് മാർക്സിസ്റ്റ് സ്വാധീനമുള്ള തെക്കുപടിഞ്ഞാറൻ ആഫ്രിക്കൻ ജനകീയ സംഘടന (സ്വാപോ) ആണ്. 1990 ഫെബ്രുവരി ഒൻപതിന് കമ്യൂണിസ്റ്റുകാരനായ സ്വാപോ നേതാവ് സാംനുജോമ രാഷ്ട്രത്തിന്റെ പ്രസിഡന്റായി തിരഞ്ഞെടുക്കപ്പെടുകയും ചെയ്തു.

ഇതുതന്നെയാണ് നമീബിയക്ക് വടക്ക് സ്ഥിതി ചെയ്യുന്ന അംഗോളയിലും സംഭവിച്ചത്. എം പി എൽ എ എന്ന മാർക്സിസ്റ്റ് - ലെനിനിസ്റ്റ് വിമോചന മുന്നണിയുടെ നേതൃത്വത്തിൽ പോർച്ചുഗീസ് ആധിപത്യത്തിൽനിന്ന് അംഗോള 1975-ൽ സ്വാതന്ത്ര്യം നേടുകയും എം പി എൽ എ ഭരണാധികാരകക്ഷിയാവുകയും ചെയ്തു. സുപ്രസിദ്ധ കവിയും ദാർശനികനും സ്വാതന്ത്ര്യപ്പോരാളിയും ആയിരുന്ന അടിയുറച്ച മാർക്സിസ്റ്റ്-ലെനിനിസ്റ്റ് ഡോ: അഗസ്റ്റിനൊ നെറ്റോ ആയിരുന്നു അംഗോളയുടെ പ്രഥമ പ്രസിഡന്റ്. പിന്നീട് നടന്ന തിരഞ്ഞെടുപ്പുകളിലെല്ലാം എം പി എൽ എ ജയിച്ചുവന്നുവെങ്കിലും ഈ തിരഞ്ഞെടുപ്പുകളെല്ലാം കമ്യൂണിസ്റ്റ് കൺകെട്ടുവിദ്യകൾ മാത്രമായിരുന്നുവെന്നും സ്വതന്ത്രമായ തിരഞ്ഞെടുപ്പ് വേറെ നടത്തണമെന്നും അമേരിക്കൻ ഐക്യനാടുൾപ്പെടെ പടിഞ്ഞാറന്മാർ വാദിച്ചുവന്നു. ഈ വാദത്തെ ശക്തിപ്പെടുത്താനായി ജോൺ സാവിമ്പി എന്ന പടിഞ്ഞാറൻ പിണിയാളുടെ നേതൃത്വത്തിൽ *യൂണിറ്റ* എന്ന ഒരു പിളർപ്പൻ സംഘടനയെ പണവും പടക്കോപ്പും നൽകി അവിടെ കലാപത്തിനിറക്കുകയും ചെയ്തു. അങ്ങനെ സ്വതന്ത്ര അംഗോള ആഭ്യന്തര യുദ്ധഭൂമിയായി തുടർന്നു. എം പി എൽ എ ഭരണത്തിന്റെ ആവശ്യപ്രകാരം അവരുടെ രക്ഷക്കെത്തിയ ക്യൂബൻ സന്നദ്ധസൈനികരെ പിൻവലിക്കണമെന്നും ഐക്യരാഷ്ട്രസഭയുടെ മേൽനോട്ടത്തിൽ സ്വതന്ത്രമായ തിരഞ്ഞെടുപ്പ് നടത്തണമെന്നും അമേരിക്ക ആവശ്യപ്പെട്ടു. എം പി എൽ എയും അംഗോളൻ ഗവൺമെന്റും ആ ആവശ്യം അംഗീകരിക്കുകയും ക്യൂബൻ സൈന്യം മടങ്ങിപ്പോകുകയും ചെയ്തു. ഈ സാഹചര്യത്തിൽ സ്വന്തം കള്ളപ്രചാരവേലയുടെ ഇരയായിത്തീർന്ന സാവിമ്പിയും ഈ ഐക്യരാഷ്ട്ര സഭാ നിർദേശം സ്വീകരിക്കാൻ നിർബന്ധിതനായി. ഒടുവിൽ 1992 സെപ്തംബറിൽ ഐക്യരാഷ്ട്രസഭയുടെ മേൽനോട്ടത്തിലും നൂറുകണക്കിന് വിശ്വമാധ്യമ പ്രതിനിധികളുടെ സാന്നിധ്യത്തിലും തിരഞ്ഞെടുപ്പ് നടന്നപ്പോൾ എം പി എൽ എ വമ്പിച്ച ഭൂരിപക്ഷത്തോടെ ജയിക്കുകയും ഡോ: അഗസ്റ്റിനൊ നെറ്റോയുടെ വിശ്വസ്ത ശിഷ്യൻ ജോസ് എഡ്വേർഡോ ഡോസ് സന്തോസ് പ്രസിഡന്റായി സത്യപ്രതിജ്ഞ ചെയ്യുകയും ചെയ്തു. തിരഞ്ഞെടുപ്പിൽ കള്ളക്കളി നടന്നുവെന്ന് സാവിമ്പിയും കൂട്ടരും വാദിച്ചുവെങ്കിലും ഐക്യരാഷ്ട്രസഭയും മാധ്യമപ്രതിനിധികളും അത് അവജ്ഞയോടെ തിരസ്ക

രിച്ചു. സാവിമ്പിയുടെയും യൂണിറ്റയുടെയും രക്ഷാകർത്താക്കളായ അമേരിക്കൻ ഐക്യനാട്ടുകാരും ഐക്യരാഷ്ട്രസഭ വിധിയെ എതിർക്കാൻ ധൈര്യപ്പെട്ടില്ല. സോവിയറ്റ് തകർച്ചയ്ക്കുശേഷം നടന്ന മറ്റൊരു മാർക്സിസ്റ്റ് വിജയമായിരുന്നു അത്.

1992 ഒക്ടോബർ 5-ാം തിയതി ലാറ്റിനമേരിക്കൻ രാഷ്ട്രമായ ഗയാനയിൽ നടന്ന പൊതുതിരഞ്ഞെടുപ്പിൽ പിപ്പീൾസ് പ്രോഗ്രസീവ് പാർട്ടി ഭൂരിപക്ഷം നേടിയതും അതിന്റെ നേതാവും ഇന്ത്യൻ വംശജനുമായ ഡോക്ടർ ഛെദ്ദി ജെഗാൻ പ്രസിഡന്റായതും മാർക്സിസ്റ്റ് രാഷ്ട്രീയത്തിന്റെ മറ്റൊരു വിജയമായിരുന്നു.

നമ്മുടെ വടക്കൻ അയൽരാജ്യമായ നേപ്പാളിൽ നീണ്ട കാലത്തെ രാജകീയ സർവാധിപത്യത്തിനുശേഷം 1991 മേയിൽ നടന്ന പൊതുതിരഞ്ഞെടുപ്പിൽ ഭൂരിപക്ഷം നേടിയത് നേപ്പാളി കോൺഗ്രസ് ആയിരുന്നെങ്കിലും (205-ൽ 110) അവിടത്തെ ഏറ്റവും വലിയ ഇടതുപക്ഷ പാർട്ടിയായ യുണൈറ്റഡ് മാർക്സിസ്റ്റ്-ലെനിനിസ്റ്റ് കമ്യൂണിസ്റ്റ് പാർട്ടി 69 സീറ്റ് നേടി മുഖ്യപ്രതിപക്ഷമായത് ആ ഹിമാലയൻ രാഷ്ട്രത്തിന്റെ ചരിത്രത്തിലെന്നപോലെ ഏഷ്യയുടെ ചരിത്രത്തിലും പ്രധാനപ്പെട്ട ഒരു സംഭവമാണ് (ഇതെഴുതുമ്പോൾ കാലാവധി തീരുന്നതിനുമുമ്പ് കോൺഗ്രസ് മന്ത്രിസഭ തകർന്നതിനെ തുടർന്ന് ഒരു പുതിയ തിരഞ്ഞെടുപ്പിന് - 1994 നവംബർ 13-ന് നേപ്പാൾ തയാറെടുക്കുകയാണ്. ആ തിരഞ്ഞെടുപ്പുഫലവും ഇടതുപക്ഷത്തിന് പ്രതികൂലമായിരിക്കില്ല).

രാഷ്ട്രീയ സാമ്പത്തികരംഗങ്ങളിലെന്ന പോലെ തന്നെ ചിന്തയുടെ രംഗത്തും മാർക്സിസം ഇപ്പോഴും സജീവസാന്നിധ്യമായി തുടരുന്നുവെന്ന് പടിഞ്ഞാറും കിഴക്കുമുള്ള പ്രമുഖ പ്രസിദ്ധീകരണ സ്ഥാപനങ്ങളുടെ പുസ്തകപട്ടിക മാത്രം വായിച്ചാൽ ആർക്കും ബോധ്യമാകും. പ്രസിദ്ധ ബ്രിട്ടീഷ് പ്രസിദ്ധീകരണ സ്ഥാപനമായ ബേസിൽ ബ്ളാക്ക് വെൽ ഒരേ സമയം ഓക്സ്ഫോർഡിൽനിന്നും മാസച്ചുസെച്ചിൽനിന്നും 1990-91ൽ പ്രസിദ്ധീകരിച്ച റോബർട് മെയ്സ്റ്റർ എന്ന കാലിഫോർണിയ സർവകലാശാല പ്രൊഫസറുടെ Political Identity : Thinking Through Marx എന്ന ബൃഹദ്ഗ്രന്ഥത്തിന്റെ മുഖവുരയുടെ തലവാചകം "എന്തുകൊണ്ട് ഇനിയും മാർക്സ്?" എന്നാണ്.

എന്നിട്ട് എന്തുകൊണ്ടാണ് മാർക്സിസം സകലയിടത്തും തിരസ്കരിക്കപ്പെടുമ്പോഴും താൻ ഇങ്ങനെയൊരു സാഹസത്തിന് മുതിർന്നത് എന്ന് സ്വയം ചോദിച്ചുകൊണ്ടാണ് ചർച്ചയുടെ തുടക്കം. എന്നിട്ടദ്ദേഹം സമകാലിക പ്രശ്നങ്ങളെ സമീപിക്കാനും പഠിക്കാനും മാർക്സിസം എങ്ങനെ സാധുവായിരിക്കുന്നു എന്ന് വിവരിക്കുകയാണ്.

ഈ വിഷയത്തിൽ മറ്റൊരു കോണിൽനിന്ന് പ്രസക്തമെന്നു തോന്നിയ മറ്റൊരു പുസ്തകമാണ് ലണ്ടനിലെ പ്ളൂട്ടോ പ്രസ്സ് പ്രസിദ്ധീകരിച്ച സൈമൺ ഗുണ്ണിന്റെ *വലതുപക്ഷ വിപ്ളവം, യൂറോപ്പിലെ പുതിയ യാഥാസ്ഥിതികർ (Revolution of the Right Europe's New Conservatives).* റൊണാൾഡ് റീഗന്റെയും മാർഗററ്റ് താച്ചറുടെയും ചുവടുപിടിച്ച് അവരു

ടെ ഗുരുഭൂതനായ "സപ്ളൈ സൈഡ്" സാമ്പത്തികശാസ്ത്രജ്ഞൻ മിൽടൺ ഫ്രൈഡ്മാൻ തുടങ്ങിയവരുടെ സർവതന്ത്ര സ്വതന്ത്ര മുതലാളിത്തം നടപ്പാക്കാൻ ശ്രമിക്കുന്ന യൂറോപ്യൻ യാഥാസ്ഥിതികരുടെ ദുരവസ്ഥയാണ് പുസ്തകത്തിലെ പ്രമേയം. ആധുനിക യൂറോപ്യൻ ദുർഘടങ്ങൾ തരണം ചെയ്യാൻ ഉപയുക്തമായേക്കാവുന്ന സോഷ്യലിസ്റ്റ് പരിഹാരങ്ങൾ കാലോചിതമായ പരിഷ്കാരങ്ങളോടെ മുന്നോട്ടുവയ്ക്കുന്നതിൽ ഇടതുപക്ഷക്കാർ പ്രകടിപ്പിക്കുന്ന അലംഭാവത്തേയും സൈമൺ ഗുൺ ക്ഷമിക്കുന്നില്ല. *കമ്യൂണിസ്റ്റ് മാനിഫെസ്റ്റോ*യിലെ പ്രഥമ വാചകത്തെ അനുസ്മരിപ്പിക്കുന്ന വിധമുള്ള തലവാചകമാണ് മറ്റൊരു ഗ്രന്ഥകാരനായ പ്രൊഫ: കീഗൻ തന്റെ പുസ്തകത്തിന് നൽകിയത്; *സ്പെക്ടർ ഓഫ് ക്യാപിറ്റലിസം*. ആ പുസ്തകം ആരംഭിക്കുന്നത് ഈ വാചകത്തോടെയാണ്: "കമ്യൂണിസം തകർന്നു എന്നത് ശരി എന്നാൽ മുതലാളിത്തം ഇനിയും രക്ഷപ്പെട്ടിട്ടില്ല." മുതലാളിത്തലോകം കമ്യൂണിസത്തെ എന്നല്ല കമ്യൂണിസ്റ്റ് ശൈലിയോട് അകന്ന ബന്ധമുള്ള നയപരിപാടികൾ പോലും തിരസ്കരിച്ച് പ്രതിസന്ധിയുടെ ഗർത്തത്തിലേക്ക് നിപതിക്കുന്നതാണ് കീഗന്റെയും ചർച്ചാവിഷയം. നേരത്തെ പരാമർശിച്ച ഒ ഇ സി ഡി യുടെ വാർഷിക റിപ്പോർട്ടുകളും ഈ ദുരവസ്ഥയെ സ്ഥിരീകരിച്ചിരിക്കുകയാണ്.

മാർക്സിസത്തിന്റെ പ്രസക്തി ക്രിയാത്മക കോടിയിൽ നിന്നെന്ന പോലെ നിഷേധാത്മക കോടിയിൽനിന്നും നേരിട്ടോ ആനുഷംഗികമായോ സ്ഥിരീകരിക്കുന്ന ചിന്തകളും കൃതികളും രാഷ്ട്രീയ-സാമ്പത്തിക മേഖലകളിൽ മാത്രമായി ഒതുങ്ങിനിൽക്കുന്നില്ല. ദർശനം, മനഃശാസ്ത്രം, സൗന്ദര്യശാസ്ത്രം, പരിസ്ഥിതി വിജ്ഞാനീയം, സ്ത്രീവിമോചനം, ആധുനിക ഭൗതികശാസ്ത്രം മുതലായവയെക്കുറിച്ചും ഇപ്പോഴും ധാരാളം മാർക്സിസ്റ്റ് ഗ്രന്ഥങ്ങളും മാർക്സിസ്റ്റിതരമെങ്കിലും മാർക്സിസവുമായി സംവാദത്തിൽ ഏർപ്പെടുന്നവയും ധാരാളം വന്നുകൊണ്ടിരിക്കുന്നു. ഇന്ത്യക്കാരനായ ഐജാസ് അഹമ്മദിന്റെ In Theory: Classes, Nations and Literatures (Oxford, 1992) ഇന്ത്യയിലും വിദേശത്തും വളരെയേറെ ശ്രദ്ധയും വിവാദവും ആകർഷിച്ച വളരെ മൗലികമായ ഒരു മാർക്സിസ്റ്റ് സൗന്ദര്യദർശന പഠനമാണ്. അതുപോലെതന്നെ ലണ്ടനിലെ വേർസോ പ്രസാധകർ പ്രസിദ്ധീകരിച്ചുകൊണ്ടിരിക്കുന്ന റോയ് ഭാസ്കറുടെ *ഡയലക്റ്റിക്സ്* തുടങ്ങിയ ഗ്രന്ഥങ്ങൾ മാർക്സിസ്റ്റ് ദർശനത്തെ ക്വാണ്ടം ബലതന്ത്രം, സൈബർനെറ്റിക്സ് ഖഗോള വിജ്ഞാനീയം എന്നിവയുമായി ബന്ധപ്പെടുത്തി പരിശോധിക്കുന്ന നവീനചിന്തകളെ പ്രതിനിധീഭവിക്കുന്നു.

ഈ പട്ടിക നീട്ടുന്നില്ല. ചില ഉദാഹരണങ്ങൾ ചൂണ്ടിക്കാട്ടിയെന്നു മാത്രം. അതുകൊണ്ട് സോവിയറ്റ് യൂണിയന്റെ അസ്തമയവും ശിഥിലീകരണവും തുടർന്നുള്ള സംഭവങ്ങളും മാർക്സിസത്തിൽ വിശ്വസിക്കുന്നവരെ മാത്രമല്ല ലോക സ്വാതന്ത്ര്യപുരോഗതിയിലും അധഃസ്ഥിതരുടെ ഉന്നമനത്തിലും വിശ്വസിക്കുന്നവരെയും വേദനിപ്പിക്കുന്നുവെന്നതാണ് സത്യം. എന്നാൽ അതേപ്പിടിച്ചുകൊണ്ട് മാർക്സിസത്തിന്റെ ചരമഗീതം രചിക്കാൻ പാടുപെടുന്നവർ കഥയറിയാതെ ആട്ടം കാണുന്നവരാണ്.

2

ചരിത്രപശ്ചാത്തലം

ജന്മസിദ്ധമാം പദം പുണ്യലബ്ധമെന്നോർത്തു
വന്മദം കലർന്നോരുന്നതനക്ഷത്രമേ!
വെമ്പുക! വിളറുക! വിറകൊള്ളുക! നോക്കൂ,
നിൻ പുരോഭാഗത്തതാ, ധീരതേജസ്സാം 'നാളെ!'
....
ഇല്ലിനിദ്ദരിദ്രതയീ പ്രഭാതത്തിൻ പൊന്നിൽ-
പ്പുല്ലിനും മരത്തിനും തുല്യമാണവകാശം.
ഇല്ലിനിയസമത, തളിർക്കാം കുരുക്കുത്തി-
മുല്ലയ്ക്കും വാനം പുല്കും മുകിലിൻപടർപ്പിനും.
ശുദ്ധമാം കുളിർകാറ്റും സ്വച്ഛമാം വെളിച്ചവും
സിദ്ധമിച്ഛപോലാർക്കുമാർക്കുവി, നാഹ്ലാദിപ്പിൻ!

ജി ശങ്കരക്കുറുപ്പ്

ചരിത്രഗതിയിൽ പ്രതിഭാശാലികളും മഹാമതികളുമായ വ്യക്തികൾക്കുള്ള പങ്കിനെ മാർക്സിസം അംഗീകരിക്കുന്നില്ല എന്ന ഒരു തെറ്റിദ്ധാരണ ചിലർക്കുണ്ട്. വാസ്തവത്തിൽ അതു ശരിയല്ല. മാനവചരിത്രം മുഴുവൻ ചില അതികായന്മാരുടെ സൃഷ്ടിമാത്രമാണെന്ന പണ്ടത്തെ അശാസ്ത്രീയ വീക്ഷണത്തെ മറ്റുപല ചരിത്രശാസ്ത്രജ്ഞരെയും പോലെ മാർക്സിസവും എതിർക്കുന്നു.

വ്യക്തികളും മഹാന്മാരും ആത്യന്തികമായി സമൂഹത്തിന്റെ സൃഷ്ടികളാണ്. ആത്യന്തികമായി ചില സുനിശ്ചിത ചലന നിയമങ്ങളാണ് ചരിത്രഗതിയെ നിയന്ത്രിക്കുന്നതും. അവയെ മറികടക്കാനോ തടസപ്പെടുത്താനോ എത്ര ഉന്നതനായ പ്രതിഭാശാലിക്കും ഭരണാധികാരിക്കും

ആക്രമണകാരിക്കും കഴിയില്ല. ദാമോദർ ധർമാനന്ദ് കസാമ്പി പറയുന്നു: "ഉൽപ്പാദനോപാധികളുടെയും ബന്ധങ്ങളുടെയും ഒന്നിനുപുറകെ ഒന്നായി വരുന്ന വികാസങ്ങളെ കാലഗണനാക്രമത്തിൽ അവതരിപ്പിക്കലാണ് ചരിത്രം." വർഗരഹിതമായ പ്രാചീന കമ്യൂണിസ്റ്റ് ഗോത്രവ്യവസ്ഥയ്ക്കുശേഷം നാളിതുവരെ നിലനിന്നിട്ടുള്ള എല്ലാ സമൂഹങ്ങളുടെയും ചരിത്രം വർഗസമരത്തിന്റെ ചരിത്രമാണ് എന്ന *കമ്യൂണിസ്റ്റ് മാനിഫെസ്റ്റോയിലെ* വാക്യം പ്രസിദ്ധമാണ്. മനുഷ്യൻ തന്നെയാണ് അവന്റെ ചരിത്രം സൃഷ്ടിക്കുന്നതെന്നും, എന്നാൽ അവൻ ആ സൃഷ്ടി നടത്തുന്നത് സ്വകപോലകൽപ്പിതമോ സ്വയം തെരഞ്ഞെടുക്കുന്നതോ ആയ സാമൂഹ്യസാഹചര്യത്തിലല്ലെന്നും അപ്രതിരോധ്യമായ ചലന നിയമങ്ങൾക്കനുസരിച്ച് മാറിക്കൊണ്ടിരിക്കുന്ന സമൂഹത്തിന്റെ ഘടകമെന്ന നിലയിലാണെന്നും മാർക്സ് പറഞ്ഞിട്ടുണ്ട്. ചരിത്രസ്രഷ്ടാവായ മനുഷ്യന്റെ വിജയവും പരാജയവും ആശ്രയിച്ചിരിക്കുന്നത് ഈ ചലനനിയമങ്ങളെ ബോധപൂർവമോ വാസനാവൈഭവംകൊണ്ടോ അല്ലെങ്കിൽ ആകസ്മികമായിത്തന്നെയോ സ്വാംശീകരിച്ചു പ്രവർത്തിക്കാനുള്ള കഴിവിനെയാണ്.

ഈ വിഷയത്തെപ്പറ്റി അത്യന്തം ശ്രദ്ധേയമായ ചരിത്രത്തിൽ വ്യക്തിക്കുള്ള പങ്ക് എന്ന കൃതി രചിച്ച ജി വി പ്ലഹാനോവ് ലോകചരിത്രം മുഴുവൻ പരതി വ്യക്തികൾ വിവിധ ഘട്ടങ്ങളിലും രാഷ്ട്രങ്ങളിലും നൽകിയ സംഭാവനകൾ വിശകലനം ചെയ്തശേഷം എഴുതുന്നു:

> ഏതെങ്കിലും തരത്തിലുള്ള നിശ്ചിത പ്രതിഭാശക്തിയുള്ള ഒരാൾക്ക് തൽഫലമായി സംഭവഗതിയിൽ സ്വാധീനം ലഭിക്കണമെന്നുണ്ടെങ്കിൽ രണ്ട് വ്യവസ്ഥകൾ പാലിക്കപ്പെടേണ്ടതുണ്ട്: ഒന്നാമതായി, അയാളുടെ പ്രതിഭ അയാളെ ആ കാലഘട്ടത്തിൽ സാമൂഹ്യാവശ്യങ്ങൾ നിറവേറ്റുവാൻ മറ്റുള്ളവരെക്കാളധികം യോഗ്യനാക്കണം – സൈനികചാതുര്യത്തിനു പകരം ബിഥോവന്റെ സംഗീതസിദ്ധിയാണ് നെപ്പോളിയനുണ്ടായിരുന്നതെങ്കിൽ അദ്ദേഹം തീർച്ചയായും ചക്രവർത്തിയാവുമായിരുന്നില്ല. രണ്ടാമതായി, നിലവിലുള്ള സാമൂഹ്യക്രമം അക്കാലത്തുതന്നെ ആവശ്യവും ഉപയുക്തവുമായ സവിശേഷതയുള്ള വ്യക്തിക്ക് പ്രതിബന്ധമായിത്തീരരുത്. പഴയ ഭരണക്രമം എഴുപതുവർഷത്തേക്ക് കൂടി നിലനിന്നിരുന്നെങ്കിൽ അതേ *നെപ്പോളിയൻ* തന്നെ പ്രസിദ്ധി കുറഞ്ഞ ജനറൽ അഥവാ കർണൽ *ബുവോനപ്പാർതെ* ആയിത്തന്നെ മരിക്കുമായിരുന്നു.

പ്ലഹാനോവ് ആവിഷ്കരിക്കുന്ന വ്യവസ്ഥകളുമായി തികച്ചും പൊരുത്തപ്പെടുന്നതായിരുന്നു മാർക്സിന്റെ വ്യക്തിത്വം. മാർക്സ് സ്വയം ഒരു യുഗത്തിന്റെ സൃഷ്ടിയും ഒരു പുതുയുഗത്തിന്റെ പ്രോദ്ഘാടകനും ആയിരുന്നു. മാർക്സിന്റെ ചില ആദർശങ്ങളോടും വികാരങ്ങളോടും അനാദി

കാലംതൊട്ടേ മനുഷ്യരാശിക്ക് ആഭിമുഖ്യമുണ്ടായിരുന്നു എന്ന് കാണാൻ വിഷമമില്ല. നമ്മുടെ നാടോടിപ്പാരമ്പര്യത്തിലും പഴഞ്ചൊല്ലുകളിലും *സെൻഡ്, അവേസ്ത, ഋഗ്വേദം, ബൈബിൾ, ഖുറാൻ, ബുദ്ധജാതകകഥകൾ* തൊട്ടുള്ള ക്ലാസിക്കുകളിലും മതഗ്രന്ഥങ്ങളിലുമെല്ലാം അസമത്വവും അനീതിയുമില്ലാത്ത സാമൂഹ്യവ്യവസ്ഥകളെയും മൂല്യങ്ങളെയും കുറിച്ചുള്ള പരാമർശങ്ങൾ കാണാം.

> മാവേലി നാടുവാണീടും കാലം
> മാനുഷരെല്ലാരുമൊന്നുപോലെ
> കള്ളവുമില്ലാ ചതിവുമില്ല
> എള്ളോളമില്ലാ പൊളിവചനം

ഇതുപോലുള്ള നാടോടിപ്പൈതൃകങ്ങൾ മലയാളികളുടെയിടക്ക് മാത്രമുള്ള ഒന്നല്ല. ഒന്നൊഴിയാതെ എല്ലാ ജനസമൂഹങ്ങളിലും വർഗവിഭജനം ആരംഭിക്കുന്നതിനുമുമ്പുള്ള അവസ്ഥയെക്കുറിച്ചുള്ള വംശസ്മൃതികളോടിടകലർന്ന് ഇത്തരം അഭിലാഷങ്ങൾ മാനവഹൃദയങ്ങളിൽ അണയാതെ കൈത്തിരിപോലെ എവിടെയും എന്നും ദുഃഖത്തിന്റെ കൂരിരുട്ടിലും നേരിയ പ്രകാശം പരത്തുന്നു.

അതുപോലെ തന്നെ "ഒട്ടകത്തിന് സൂചിയുടെ സുഷിരത്തിൽക്കൂടി കടന്നുപോകാൻ കഴിഞ്ഞാലും ധനവാന് സ്വർഗരാജ്യത്തിൽ പ്രവേശിക്കാനാവില്ല" എന്ന *ബൈബിളി*ലേതുപോലുള്ള വചനങ്ങൾ മറ്റ് പല മതഗ്രന്ഥങ്ങളിലും കണ്ടെത്താം. യുഗയുഗാന്തരങ്ങളിലായി മനുഷ്യവംശം താലോലിച്ചു പോന്നിട്ടുള്ള ഇത്തരം ആദർശങ്ങൾ തീർച്ചയായും മാർക്സിനെയും അദ്ദേഹത്തിന്റെ സിദ്ധാന്തങ്ങളെയും സ്വാധീനിച്ചിട്ടുണ്ടാകാം. എന്നാൽ മാർക്സിസവും ശാസ്ത്രീയ സോഷ്യലിസവും യുഗയുഗാന്തരങ്ങളായി മാനവരാശിയെ ആകർഷിച്ചുപോന്നിട്ടുള്ള ഇത്തരം മാനവികാദർശങ്ങളുടെ ഒരു തുടർച്ചയായി മാത്രം പരിഗണിക്കപ്പെട്ടുകൂടാ. ആധുനിക വ്യാവസായിക യുഗവും മുതലാളിത്ത സാമൂഹ്യവ്യവസ്ഥയും ആ വ്യവസ്ഥയുടെ സവിശേഷമായ ഉൽപ്പാദനബന്ധങ്ങളുമാണ് ശാസ്ത്രീയ സോഷ്യലിസമെന്ന ആശയവും സാമൂഹ്യവ്യവസ്ഥയും പ്രായോഗികമായ ഒരു ലക്ഷ്യവും പദ്ധതിയുമാക്കി മാറ്റുന്നത്. പ്രാചീന റോമാ സാമ്രാജ്യത്തിലെ അടിമകളുടെ കലാപത്തിന് നേതൃത്വം നൽകിയ സ്പാർടാക്കസും മധ്യകാല യൂറോപ്പിലെ കാർഷക കലാപങ്ങൾക്ക് നേതൃത്വം നൽകിയ ഫാദർ ജോൺബോളും തോമസ് മുൺസറും തുടങ്ങി എത്രയോ വിപ്ലവകാരികൾ, മനുഷ്യൻ സാമൂഹ്യസംവിധാനത്തിനുവേണ്ടി പോരാടുകയും ആത്മബലി അർപ്പിക്കുകയും ചെയ്തിട്ടുണ്ട്. ആധുനികയുഗത്തിൽ ഇംഗ്ലണ്ടിലെ വിശുദ്ധ തോമസ് മൂറും ഫ്രാൻസിലെ സാങ് സിമോനും ഫ്യൂറിയയും മാർക്സിന്റെ സമകാലികനായിരുന്ന ബ്രിട്ടീഷുകാരൻ റോബർട്ട് ഓവനും മറ്റും ഇതുപോലെ മനുഷ്യസ്നേഹത്താൽ പ്രചോദിതരായ സോഷ്യലിസ്റ്റ് സമത്വവാദികളായിരുന്നു. പക്ഷേ,

അതിൽനിന്നെല്ലാം വ്യത്യസ്തമാണ് മാർക്സിന്റെയും എംഗൽസിന്റെയും ശാസ്ത്രീയ സോഷ്യലിസം. സിമോനും ഫ്യൂറിയയും ഓവനും മറ്റും സാങ്കൽപ്പിക (ഉട്ടോപ്യൻ) സോഷ്യലിസ്റ്റുകാർ എന്നറിയപ്പെടുമ്പോൾ മാർക്സും എംഗൽസും ശാസ്ത്രീയ സോഷ്യലിസ്റ്റുകാർ എന്ന് വിശേഷിപ്പിക്കപ്പെടുന്നു. സോഷ്യലിസത്തെ സാങ്കൽപ്പിക മേഖലയിൽനിന്ന് ശാസ്ത്രീയ മേഖലയിലേക്കുയർത്തി എന്നതാണ് മാർക്സിന്റെയും എംഗൽസിന്റെയും സവിശേഷ സംഭാവന.

മാർക്സിനും എംഗൽസിനും ആ കൃത്യം നിർവഹിക്കാൻ കഴിഞ്ഞത് അവരുടെ അന്യാദൃശമായ പ്രതിഭാവിലാസവും അദമ്യമായ മനുഷ്യസ്നേഹവുംകൊണ്ട് മാത്രമല്ല. അതെല്ലാം അവരുടെ പല പൂർവസൂരികൾക്കും ഉണ്ടായിരുന്നു. 19-ാം നൂറ്റാണ്ടിന്റെ ആദ്യപാദത്തിന്റെ അന്ത്യഘട്ടത്തിൽ ജനിച്ച് രണ്ടും മൂന്നും പാദങ്ങളിൽ വളർന്നുവന്നവർക്ക് മാത്രമേ ആധുനിക ശാസ്ത്രീയ സോഷ്യലിസം ആവിഷ്കരിക്കാൻ കഴിയുമായിരുന്നുള്ളു. എന്താണ് ഈ കാലഘട്ടത്തിന്റെ സവിശേഷതയും പ്രാധാന്യവും?

ഇരുപതാം നൂറ്റാണ്ടിന് അന്ത്യം കുറിക്കാറായ ഈ ഘട്ടത്തിൽ ആഗോളവ്യാപകമായി ഒന്ന് കണ്ണോടിക്കുമ്പോൾ നാം കാണുന്നത് എന്താണ്? കഴിഞ്ഞ മൂന്നുനാലു നൂറ്റാണ്ടു കാലത്ത് ലോകമാകെ അടക്കിവാഴുകയും ലോകത്തിനാകെ നേതൃത്വം നൽകുകയും ചെയ്ത പടിഞ്ഞാറൻ യൂറോപ്പിന്റെ മേൽക്കോയ്മ തകർന്നുവരികയാണ്. ഒന്നാം ലോകമഹായുദ്ധത്തോടും ഒക്ടോബർ സോഷ്യലിസ്റ്റ് വിപ്ലവത്തോടും കൂടി ആരംഭിക്കുകയും രണ്ടാം ലോകമഹായുദ്ധത്തോടുകൂടി ത്വരിതഗതി പ്രാപിക്കുകയും ചെയ്ത ഈ പ്രവണത യൂറോപ്യൻ സോഷ്യലിസത്തിന്റെ അപചയത്തിനു ശേഷവും തുടരുകയാണ്.

ശാസ്ത്ര-സാങ്കേതിക പ്രാഗൽഭ്യം, സാർവത്രിക സാക്ഷരത, ജനാധിപത്യം, സോഷ്യലിസം മുതലായവ ഇതഃപര്യന്തം ചരിത്രത്തിന്റെ അഗണ്യകോടിയിൽ തള്ളപ്പെട്ടുകഴിഞ്ഞിരുന്ന ജനവിഭാഗങ്ങളിലേക്കും രാഷ്ട്രങ്ങളിലേക്കും അതിവേഗം വ്യാപിക്കുകയാണ്. ഈ പ്രക്രിയയുടെ ആരംഭം യൂറോപ്പിൽ നിന്നായിരുന്നു എന്നതിൽ തർക്കമില്ല. ചൂഷണവും കടന്നാക്രമണവും ചതിയുമെല്ലാം ഈ പ്രക്രിയക്ക് ഒപ്പമുണ്ടായിരുന്നുവെങ്കിലും ലോകചരിത്രത്തിന് യൂറോപ്പ് നൽകിയ സംഭാവന അംഗീകരിക്കാതെ വയ്യ. യൂറോപ്പിന്റെ നവോത്ഥാനത്തിന് മുമ്പ് ബാബിലോണിയയും ഈജിപ്തും ചൈനയും ഇന്ത്യയും അറേബ്യയും ഗ്രീസും മറ്റും ഓരോരോ ഘട്ടത്തിൽ വിശ്വനാഗരികതയ്ക്കും സംസ്കൃതിക്കും നൽകിയ സംഭാവനകൾ മറന്നുകൊണ്ടല്ല ഈ അംഗീകാരം നൽകുന്നത്. ഈ യൂറോപ്യൻ നേതൃത്വത്തിനും മേൽകോയ്മയ്ക്കും വഴിവച്ചത് മൂന്ന് ഘടകങ്ങളാണ് - ഒന്നാം വൈജ്ഞാനികവിപ്ലവം, വ്യാവസായിക വിപ്ലവം, രാഷ്ട്രീയ ജനാധിപത്യ വിപ്ലവം എന്നിവയാണ് ഈ മൂന്ന് ഘടകങ്ങൾ. ഈ പരിവർത്തനങ്ങൾ വർഗബന്ധങ്ങളിലും ബലാബലത്തിലും മാറ്റം

വരുത്തി. ലോകചരിത്രത്തിൽ ഒരു പുതിയവർഗം പഴയ നാടുവാഴികളുടെയും അടിമയുടമകളുടെയും സ്ഥാനത്ത് ഭരണാധികാരത്തിലേക്ക് ഉയർന്നു വന്നു - അതാണ് ബൂർഷ്വാ അഥവാ മുതലാളിവർഗം. മുതലാളി വർഗത്തിന്റെ അന്തകരായി രംഗത്തുവന്ന് അതിന്റെ ശവക്കുഴി തോണ്ടാൻ മൺവെട്ടിയും മൺകോരികയും ഒരുക്കിയ തൊഴിലാളിവർഗത്തിന്റെ ആചാര്യന്മാരായ മാർക്സും എംഗൽസും തന്നെ ബൂർഷ്വാവർഗം നിർവ ഹിച്ച സേവനങ്ങളെ കലവറയില്ലാതെ പ്രകീർത്തിക്കുന്നത് വായിക്കൂ.

> ചരിത്രപരമായി നോക്കുമ്പോൾ മുതലാളിവർഗം വളരെ വിപ്ല വപരമായ ഒരു പങ്കാണ് നിർവഹിച്ചിട്ടുള്ളത്...
>
> ഉൽപ്പാദനോപകരണങ്ങളിലും തദ്വാരാ ഉൽപ്പാദനബന്ധങ്ങ ളിലും അതോടൊപ്പം സാമൂഹ്യബന്ധങ്ങളിലൊട്ടാകെയും നിരന്തരമായി സമൂലപരിവർത്തനം വരുത്താതെ, ബൂർഷ്വാ സിക്ക് നിലനിൽക്കാനാവില്ല. നേരേമറിച്ച്, ഇതിനുമുമ്പുണ്ടാ യിരുന്ന എല്ലാ വ്യാവസായിക വർഗങ്ങളുടെയും നില നിൽപ്പിന്റെ ആദ്യത്തെ ഉപാധി, പഴയ ഉൽപ്പാദനരീതികളെ യാതൊരു മാറ്റവും കൂടാതെ നിലനിർത്തുകയെന്നതായി രുന്നു. ഉൽപ്പാദനത്തിൽ നിരന്തരമായ സമൂലപരിവർത്തനം എല്ലാ സാമൂഹ്യസ്ഥിതിഗതികൾക്കും ഇടതടവില്ലാതെ ഇളകി മറിച്ചിൽ, അവസാനിക്കാത്ത അനിശ്ചിതാവസ്ഥയും പ്രക്ഷോഭവും- ഇതെല്ലാമാണ് ബൂർഷ്വാകാലഘട്ടത്തെ പഴയ കാലഘട്ടത്തിൽനിന്ന് വേർതിരിക്കുന്ന പ്രത്യേകത കൾ. ഉറച്ച് കട്ടിപിടിച്ച എല്ലാ ബന്ധങ്ങളും അവയോടൊപ്പം തന്നെ അവയോടൊട്ടി നിൽക്കുന്ന പുരാതനവും ആദരണീ യവുമായ മുൻവിധികളും അഭിപ്രായങ്ങളും തുടച്ചുനീക്ക പ്പെടുന്നു. തൽസ്ഥാനത്ത് പുതുതായുണ്ടാവുന്നവയ്ക്ക് കട്ടി പിടിക്കാൻ സമയം കിട്ടുന്നതിന് മുമ്പ് അവ പഴഞ്ചനായി ത്തീരുന്നു. കട്ടിയായതെല്ലാം വായുവിൽ ഉരുകി ലയി ക്കുന്നു. പരിശുദ്ധമായതെല്ലാം അശുദ്ധമായിത്തീരുന്നു. അങ്ങനെ അവസാനം മനുഷ്യൻ തന്റെ ജീവിത യാഥാർത്ഥ്യ ങ്ങളെയും തന്റെ കൂട്ടക്കാരുമായുള്ള ബന്ധത്തെയും സമ ചിത്തതയോടെ നേരിടാൻ നിർബന്ധിതനാകുന്നു.
>
> സ്വന്തം ചരക്കുകൾ ചെലവഴിക്കാൻവേണ്ടി കമ്പോളം സദാ വലു താക്കേണ്ടതുള്ളതുകൊണ്ട് ബൂർഷ്വാസിക്ക് ഭൂമണ്ഡല മെങ്ങും പാഞ്ഞുനടക്കേണ്ടിവരുന്നു. അതിന് എല്ലായിടത്തും പാർപ്പുറപ്പിക്കണം, എല്ലായിടത്തും ബന്ധങ്ങൾ സ്ഥാപിക്കണം.
>
> ലോകകമ്പോളത്തെ ചൂഷണം ചെയ്യുന്നതു മുഖേന ബൂർഷ്വാസി ഓരോ രാജ്യത്തുമുള്ള ഉൽപ്പാദനത്തിനും ഉപ

ഭോഗത്തിനും ഒരു സാർവലൗകികസ്വഭാവം നൽകിയിട്ടുണ്ട്. പിന്തിരിപ്പന്മാരെ കഠിനമായി അമ്പരപ്പിക്കുമാറ് അത് വ്യവസായത്തിന്റെ ദേശീയസ്വഭാവത്തെ നശിപ്പിച്ചുകളഞ്ഞു. പണ്ടുമുതൽക്കേ നിലനിന്നുവന്നിട്ടുള്ള എല്ലാ ദേശീയവ്യാവസായങ്ങളെയും അത് നശിപ്പിച്ചുകളഞ്ഞു. അഥവാ പ്രതിദിനം നശിപ്പിച്ചുവരികയാണ്. തൽസ്ഥാനത്ത് പുതിയ വ്യവസായങ്ങൾ വരുന്നു. അവ നടപ്പിലാക്കുകയെന്നത് എല്ലാ പരിഷ്കൃത രാജ്യങ്ങൾക്കും ഒരു ജീവൻമരണ പ്രശ്നമായിത്തീരുന്നു; ഈ പുതിയ വ്യവസായങ്ങൾ ഉപയോഗിക്കുന്ന അസംസ്കൃത സാധനങ്ങൾ അതാതിടത്തുണ്ടാവുന്നവയല്ല, വിദൂരദേശങ്ങളിൽ നിന്ന് കൊണ്ടുവരുന്നവയാണ്; അവയുടെ ഉൽപ്പന്നങ്ങളാകട്ടെ അതാതു നാട്ടിൽ മാത്രമല്ല, ലോകത്തിന്റെ ഏതു കോണിലും ഉപയോഗിക്കപ്പെടുന്നുമുണ്ട്. പണ്ട് സ്വന്തം രാജ്യത്തെ ഉൽപ്പാദനംകൊണ്ട് അതാതിടത്തെ ആവശ്യങ്ങൾ നിറവേറിയിരുന്നുവെങ്കിൽ ഇന്ന് വിദൂരദേശങ്ങളിലെ ഉൽപ്പന്നങ്ങൾകൊണ്ടുമാത്രം നിറവേറുന്ന പുതിയ ആവശ്യങ്ങൾ തൽസ്ഥാനത്ത് പൊന്തിവരുന്നതായി നാം കാണുന്നു. പ്രാദേശികവും ദേശീയവുമായ അകൽച്ചയുടെയും സ്വയംസമ്പൂർണതയുടെയും സ്ഥാനത്ത് രാഷ്ട്രങ്ങൾ തമ്മിലുള്ള നാനാമുഖമായ കൊള്ളക്കൊടുക്കയും സാർവത്രികമായ പരസ്പരാശ്രയവുമാണ് ഉണ്ടായിട്ടുള്ളത്. ഭൗതികജീവിതത്തിൽ വന്ന ഈ മാറ്റം സാംസ്കാരിക ജീവിതത്തിലും വരുന്നു. ഓരോ രാഷ്ട്രവും ഉൽപ്പാദിപ്പിക്കുന്ന സംസ്കാര സമ്പത്ത് പൊതുസ്വത്തായിത്തീരാൻ തുടങ്ങുന്നു. ദേശപരമായ പക്ഷപാതിത്വവും സങ്കുചിതമനഃസ്ഥിതിയും അധികമധികം അസാധ്യമായിത്തീരുന്നു; ദേശീയവും പ്രാദേശികവുമായ നിരവധി സാഹിത്യങ്ങളിൽനിന്നു ഒരു വിശ്വസാഹിത്യവും ഉയർന്നുവരുന്നു.

(കമ്യൂണിസ്റ്റ് മാനിഫെസ്റ്റോ)

നീണ്ടുനീണ്ട ലോകചരിത്രഗതിയിൽ ഇത്രത്തോളം ദൂരവ്യാപകമായ ഫലങ്ങൾ അൽപ്പകാലത്തിനുള്ളിൽ ഉളവാക്കിയ ഇതുപോലൊരു പരിവർത്തനഘട്ടം ഇതിനുമുമ്പ് ഉണ്ടായിട്ടില്ല. 300 വർഷത്തോളം സാമാന്യമായ ദൈർഘ്യം കാണിക്കാവുന്ന ഈ കാലഘട്ടത്തിന്റെ മധ്യാഹ്നം 1789 മുതൽ 1848- വരെയുള്ള ആറ് പതിറ്റാണ്ടുകളാണ് എന്ന് ക്രാന്തദർശികൾ നിശ്ചയിച്ചിരിക്കുന്നു. 1789 മഹത്തായ ഫ്രഞ്ച് വിപ്ലവത്തിന്റെ വർഷവും 1848 വിവിധ യൂറോപ്യൻ രാഷ്ട്രങ്ങളെ ആവേശിച്ച കുറേക്കൂടി വ്യാപകമായ ജനാധിപത്യ വിപ്ലവത്തിന്റെ വർഷവുമാണ്. ഈ കാലഘട്ടത്തെ അധികരിച്ച് പ്രശസ്ത ബ്രിട്ടീഷ് ചരിത്രകാരനായ എറിക് ഹോബ്സ് ബാം

വിപ്ലവത്തിന്റെ യുഗം (The Age of Revolution, 1962) എന്നൊരു അമൂല്യമായ കൃതി എഴുതിയിട്ടുണ്ട്. അത് ഇങ്ങനെയാണ് ആരംഭിക്കുന്നത്:

> പലപ്പോഴും പ്രമാണരേഖകളെക്കാൾ ഉച്ചത്തിൽ സംസാരിക്കുന്ന സാക്ഷികളാണ് വാക്കുകൾ. ഈ കൃതി മുഖ്യമായും ചർച്ചചെയ്യുന്ന 60 വർഷക്കാലത്ത് പുതുതായി ആവിഷ്കരിക്കപ്പെട്ടതോ അല്ലെങ്കിൽ അവയ്ക്കുള്ള ആധുനികാർഥം കൽപ്പിക്കപ്പെട്ടതോ ആയ ഏതാനും വാക്കുകൾ നമുക്ക് പരിശോധിക്കാം. ഇൻഡസ്ട്രി, ഇൻഡസ്ട്രിയലിസ്റ്റ്, ഫാക്ടറി, മിഡിൽക്ലാസ്, ക്യാപിറ്റലിസം, സോഷ്യലിസം എന്നിങ്ങനെ ചില വാക്കുകൾ. അത് കൂടാതെ അരിസ്റ്റോക്രസിയും റെയിൽവേയും. രാഷ്ട്രീയപദപ്രയോഗങ്ങൾ എന്ന നിലയിൽ ലിബറലും കൺസർവേറ്റീവും. അതോടൊപ്പം നാഷണാലിറ്റി, സയന്റിസ്റ്റ്, എൻജിനീയർ, പ്രോലിറ്റേറിയറ്റ്, (ഇക്കണോമിക്), ക്രൈസിസ്, യൂട്ടിലിറ്റേറിയൻ, സ്റ്റാറ്റിസ്റ്റിക്സ്, സോഷ്യോളജി തൊട്ടുള്ള അനേകം ആധുനിക ശാസ്ത്രങ്ങളുടെ പേരുകൾ. ജേർണലിസവും ഐഡിയോളജിയും. ഇവയെല്ലാം ഈ കാലയളവിൽ രൂപം കൊണ്ടതോ ഇന്നുള്ള അർഥം നേടിയവയോ ആണ്. അതുപോലെ തന്നെയാണ് സ്ട്രൈക്കും പോപറിസവും.

ഈ മിക്ക ഇംഗ്ലീഷ് വാക്കുകളും അതേ രൂപത്തിലോ ഈഷൽ വ്യത്യാസങ്ങളോടെയോ മറ്റ് യൂറോപ്യൻ ഭാഷകളിലും പ്രചരിച്ചുവരുന്നു. ഇവയിൽ പലതും അതേ രൂപത്തിൽ മലയാളം ഉൾപ്പെടെയുള്ള ഏഷ്യൻ ഭാഷകളിലും മറ്റ് യൂറോപ്യേതരഭാഷകളിലും സുഗ്രാഹ്യമാണ്. ഈ വാക്കുകളിൽ ചിലവയെങ്കിലും പ്രയോഗിക്കാതെ എന്തെങ്കിലും ഒരു വിഷയത്തെക്കുറിച്ച് നമുക്ക് സംഭാഷണം നടത്താനോ എഴുതാനോ കഴിയുമോ? പരാമൃഷ്ടമായ ആറ് പതിറ്റാണ്ടുകൾ ഏതു വിധത്തിലാണ് പിൽക്കാല ചരിത്രത്തെയും ചിന്തയെയും ഇളക്കിമറിച്ചത് എന്ന് മനസിലാക്കാൻ ഈ വാക്കുകളുടെ ഉത്ഭവവും വികാസഗതിയും പരിശോധിച്ചാൽ മതി.

ഈ 60 വർഷത്തെ പരിവർത്തനത്തിന് രണ്ട് മുഖങ്ങളുണ്ട്. ഫ്രാൻസ് കേന്ദ്രമായി നടന്ന ജനാധിപത്യവിപ്ലവവും ഇംഗ്ലണ്ട് കേന്ദ്രമായി നടന്ന വ്യാവസായിക വിപ്ലവവുമാണത്. ഇവ രണ്ടിനെയും ചേർത്ത് ഈ കാലയളവിനെ ഇരട്ടവിപ്ലവത്തിന്റെ കാലമെന്ന് ഹോബ്സ് ബാം നാമകരണം ചെയ്യുന്നു. എംഗൽസ് ഇരട്ടവിപ്ലവകാലത്തെക്കുറിച്ച് പറയുന്നു.

> ഫ്രാൻസിൽ വിപ്ലവക്കൊടുങ്കാറ്റ് ആഞ്ഞടിച്ചുകൊണ്ടിരുന്നപ്പോൾ, താരതമ്യേന ശാന്തവും എന്നാൽ അത്രതന്നെ വമ്പിച്ചതുമായ ഒരു വിപ്ലവം ഇംഗ്ലണ്ടിൽ നടക്കുന്നുണ്ടായിരുന്നു. ആവിയുടെ ഉപയോഗവും പുതുതായി കണ്ടുപിടി

ക്കപ്പെട്ട യന്ത്രോപകരണങ്ങളും നിർമാണ തൊഴിലിനെ ആധുനിക വൻകിട വ്യവസായമായി രൂപാന്തരപ്പെടുത്തുകയും അങ്ങനെ ബൂർഷ്വാസമൂഹത്തിന്റെ അടിത്തറയെത്തന്നെ സമൂലം മാറ്റിമറിക്കുകയും ചെയ്തുകൊണ്ടിരുന്നു. നിർമാണത്തിന്റെ കാലഘട്ടത്തിൽ ദൃശ്യമായിരുന്ന മന്ദമായ പുരോഗതിയുടെ സ്ഥാനത്ത് ഉൽപ്പാദനം ആഞ്ഞടിച്ചുകയറി. സമൂഹം അധികമധികം വേഗത്തിൽ വൻകിട മുതലാളിമാരായും നിർധനരായ തൊഴിലാളികളായും വേർതിരിഞ്ഞുകൊണ്ടിരുന്നു. ഇവർക്ക് നടുവിൽ മുമ്പത്തെ ഉറപ്പുള്ള ഇടത്തരവർഗത്തിനു പകരം കൈത്തൊഴിൽകാരും ചെറുകിട ഷോപ്പുടമസ്ഥരും അടങ്ങുന്ന ഉറപ്പില്ലാത്ത ഒരു കൂട്ടർ-ഏറ്റവുമധികം ചാഞ്ചല്യമുള്ള ഒരു ജനവിഭാഗം-അനിശ്ചിതമായ ഒരു ജീവിതം നയിച്ചുപോന്നു.

(സോഷ്യലിസം : സാങ്കൽപ്പികവും ശാസ്ത്രീയവും)

ഈ രണ്ട് വിപ്ലവങ്ങളും വലിയ പ്രതീക്ഷകളെ തട്ടിയുണർത്തി. ജനാധിപത്യ വിപ്ലവമെന്നാൽ ജനങ്ങൾക്കുവേണ്ടി ഭരിക്കുന്ന വ്യവസ്ഥയാകയാൽ അനാദികാലം മുതൽ നിലനിന്നിരുന്ന അസമത്വവും അനീതിയുമെല്ലാം അവസാനിക്കുമെന്നു പ്രതീക്ഷിച്ചു. പക്ഷേ, യഥാർഥത്തിൽ അധികാരത്തിലെത്തിയത് പുത്തൻ ധനികവർഗമായ ബൂർഷ്വാസി ആയിരുന്നു. അതുപോലെ തന്നെ മനുഷ്യന് പ്രകൃതിയുടെമേൽ കൈവന്ന അദ്ഭുതാവഹമായ ആധിപത്യത്തിന്റെയും എല്ലാവിധ ഇല്ലായ്മകൾക്കും അറുതി വരുത്തുന്ന ഉൽപ്പാദനോപാധികളുടെയും അനന്തമായ വികാസമായാണ് വ്യവസായവിപ്ലവത്തെ അക്കാലത്തുള്ളവർ ആദ്യം കണ്ടത്. എന്നാൽ അധികം താമസിയാതെ വ്യാമോഹങ്ങൾ അവസാനിക്കുകയായി. വമ്പിച്ച മൂലധന ഉടമകളോടും വ്യവസായശാലകളോടുമൊപ്പം വലിയ തൊഴിലില്ലാപ്പട്ടാളവും അനാരോഗ്യകരമായ ചേരിപ്രദേശങ്ങളിൽ ചാണകക്കൂനയിൽ പുഴുക്കളെപ്പോലെ നുഴയുന്ന തൊഴിലാളി സൈന്യങ്ങളും പ്രത്യക്ഷപ്പെട്ടു. അഞ്ചും ആറും വയസുമുതൽ കുഞ്ഞുങ്ങൾ ഫാക്ടറികളിൽ പതിനഞ്ചും ഇരുപതും മണിക്കൂറുകൾ പണിയെടുക്കുവാൻ നിർബന്ധിതരായി. ചാൾസ് ഡിക്കൻസിന്റെ *ഒളിവർ ട്വിസ്റ്റിലും* മറ്റും വിവരിക്കുന്ന ഹൃദയഭേദകമായ ബാലനരകങ്ങൾ, അനേകമനേകം ഔദ്യോഗിക രേഖകൾ ഉദ്ധരിച്ചുകൊണ്ട് ഈ ദുരിതപാരാവാരത്തെക്കുറിച്ച് ശാസ്ത്രീയ നിഷ്കർഷയോടെയും ധാർമികരോഷത്തോടെയും മാർക്സ് *മൂലധന*ത്തിൽ വിവരിക്കുന്ന അധ്യായങ്ങൾ മനുഷ്യസ്നേഹികളുടെ രക്തം തിളപ്പിക്കും.

ഈ അവസ്ഥക്കെതിരെ രണ്ടുതരം പ്രതികരണങ്ങളുണ്ടായി. വ്യവസായവിപ്ലവവും ജനാധിപത്യവുമെല്ലാം അധഃപതനമാണ് എന്നും അതുകൊണ്ട് സുഖവും സ്വാതന്ത്ര്യവും കാംക്ഷിക്കുന്നവർ അനാദികാലത്തെ ഗോത്രസമ്പ്രദായത്തിലേക്ക് തിരിച്ചുപോകണമെന്നും ചിലർ വാദിച്ചു. 18-ാം

നൂറ്റാണ്ടിലെ ഫ്രഞ്ചുകാരൻ റൂസോയും പിൽക്കാലത്തെ റഷ്യക്കാരൻ ടോൾസ്റ്റോയിയും നമ്മുടെ ഗാന്ധിജിയും മറ്റും വ്യവസായവൽക്കരണത്തിന്റെ ദുരന്തങ്ങൾ കണ്ട് അവിടെനിന്ന് പുറകോട്ടുപോകണമെന്ന് വാദിച്ചവരാണ്. എന്നാൽ മറ്റൊരു കൂട്ടരാകട്ടെ രാഷ്ട്രീയ ജനാധിപത്യം സാമ്പത്തികസമത്വവുമായി സമന്വയിപ്പിച്ച് യഥാർഥ ജനാധിപത്യമാക്കി മാറ്റണമെന്നും ഉൽപ്പാദനോപാധികൾ പൊതുഉടമയിലാക്കി സ്വകാര്യമൂലധനക്കാരെ ഒഴിവാക്കി വ്യാവസായികയുഗത്തിന്റെ മേന്മ അധ്വാനിക്കുന്ന ബഹുഭൂരിപക്ഷത്തിന് അഭിഗമ്യമാക്കണമെന്നും വാദിച്ചു. ഈ വാദക്കാരുടെ പിൻമുറക്കാരാണ് ശാസ്ത്രീയസോഷ്യലിസത്തിന്റെ സ്ഥാപകർ. ശാസ്ത്ര-സാങ്കേതിക പുരോഗതിയിൽനിന്നും വ്യവസായവൽക്കരണത്തിൽനിന്നുമുള്ള പിന്തിരിഞ്ഞോട്ടം അഭിലഷണീയമാണെന്ന് വാദത്തിനുവേണ്ടി സമ്മതിച്ചാൽപോലും അത് പ്രായോഗികമായി അസാധ്യമാണെന്നും അവർ കണ്ടു.

അങ്ങനെ ശാസ്ത്രീയ സോഷ്യലിസം പ്രസക്തവും പ്രായോഗികവും ആവശ്യവുമായ ഒരു ചരിത്രകാലഘട്ടം പിറന്നപ്പോൾ ആ കാലഘട്ടം തന്നെ അതിന്റെ വെല്ലുവിളികളെ നേരിടാൻ കരുത്തുള്ള പ്രതിഭകൾക്കും ജന്മം നൽകി. അവരായിരുന്നു 1818-ൽ ജനിച്ച കാൾ മാർക്സും 1820-ൽ ജനിച്ച ഫ്രഡറിക് എംഗൽസും. നാം പരാമർശിച്ച ആറുപതിറ്റാണ്ടുകളുടെ സുമാർ മധ്യത്തിൽ ജനിച്ച ഇരുവരും ആ കാലയളവിന്റെ അന്ത്യം കുറിക്കുമ്പോഴേക്കും ചരിത്രഗതിയെ ത്വരിതപ്പെടുത്തുന്ന മഹാരഥന്മാരായി രംഗപ്രവേശം ചെയ്തുകഴിഞ്ഞിരുന്നു. ഹോബ്സ് ബാം പറയുന്നു.

> 1848 ആയപ്പോഴേക്കും യൂറോപ്പിനോ 'കമ്യൂണിസത്തിന്റെ ഭൂതം' ആവേശിച്ചുകഴിഞ്ഞിരുന്നു. എന്നാൽ 1848-ൽ കമ്യൂണിസ്റ്റ് ബാധയെ ഒഴിപ്പിക്കുകയും ചെയ്തു. അതിനുശേഷം നീണ്ടകാലത്തേക്ക് എല്ലാ ഭൂതങ്ങളെയും പോലെ ഈ ഭൂതം ശക്തിഹീനമായിരുന്നു, പ്രത്യേകിച്ചും ഇരട്ട വിപ്ലവം കൊണ്ട് ആദ്യം പരിവർത്തനവിധേയമായ പടിഞ്ഞാറൻ യൂറോപ്പിൽ. എന്നാൽ ഈ 1970-കളിൽ ചുറ്റുപാടുള്ള ലോകഗതി നിരീക്ഷിക്കുന്ന ആർക്കും 1848-ൽ ഇദംപ്രഥമമായി പ്രാമാണികമായി നിർവഹിക്കപ്പെട്ടതും ഇരട്ടവിപ്ലവത്തോടുള്ള പ്രത്യാഘാതമെന്നനിലയിൽ രൂപംകൊണ്ടതുമായ വിപ്ലവസോഷ്യലിസ്റ്റ്- കമ്യൂണിസ്റ്റ് പ്രത്യയശാസ്ത്രത്തിന്റെ ഐതിഹാസികശക്തിയെ നിസാരമായി ഗണിക്കാനാവുകയില്ല. ആധുനികലോകത്തിലെ പ്രഥമ ഫാക്ടറിവ്യവസ്ഥയുടെ ലങ്കാഷെയറിലെ സ്ഥാപനവും 1789-ലെ ഫ്രഞ്ചു വിപ്ലവവും തൊട്ട് ആരംഭിക്കുന്ന ചരിത്രകാലഘട്ടം 1848-ൽ പ്രഥമ റെയിൽവേ വലക്കെട്ടിന്റെ സ്ഥാപനത്തോടും *കമ്യൂണിസ്റ്റ് മാനിഫെസ്റ്റോ*യുടെ പ്രസിദ്ധീകരണത്തോടുംകൂടി അവസാനിക്കുന്നു.
>
> (ടി പുസ്തകം)

3

ധന്യജീവിതം

എനിക്കു വേണ്ടാ ശാന്ത-
സ്വച്ഛജീവിതം - ഭൂമി
നടുക്കും കൊടുങ്കാറ്റിൻ
കരുത്താണെന്നാത്മാവിൽ,
എന്റെ ജീവിതം സംഘർ-
ഷങ്ങളാൽ നിറയട്ടെ
ഉന്നതമാകും മഹാ-
ലക്ഷ്യമൊന്നണഞ്ഞിടാൻ.

കാൾ മാർക്സ്, വയസ് 21

കാൾ മാർക്സിന്റെ ജീവചരിത്രക്കുറിപ്പ് എഴുതുന്നവർ നേരിടുന്ന ഏറ്റവും വലിയ പ്രതിബന്ധം മാർക്സിന്റെയും എംഗൽസിന്റെയും രാഷ്ട്രീയവും സൈദ്ധാന്തികവുമായ ജീവിതങ്ങൾപോലെ വൈയക്തിക-വൈകാരിക ജീവിതവും അഭേദ്യമാംവിധം ഇഴപിരിഞ്ഞു ചേർന്നിരിക്കുന്നു എന്നതാണ്. അവരുടെ ജീവിതകാലത്ത് അവരിരുവരും ഒരാളെന്ന നിലയിൽ ഏകവചനമായി ചിലർ പരാമർശിക്കുന്നതിനെക്കുറിച്ച് മാർക്സ് ഒരിക്കൽ തമാശയായി പറയുകയുണ്ടായി. അതുകൊണ്ട് ഫ്രഞ്ചുദാർശനികനും എഴുത്തുകാരനുമായ ഔഗസ്ത് കോർണുവിനെയും സോവിയറ്റ് പണ്ഡിതൻ ഡേവിഡ് റിയാസനോവിനെയും പോലെ പലരും ഇരുവരുടെയും ജീവചരിത്രം ഒരു ഗ്രന്ഥമായിട്ടു തന്നെയാണ് രചിച്ചിട്ടുള്ളത്. പിൽക്കാലത്ത് അവർ ഒരുമിച്ച് പ്രവർത്തിക്കുകയും ഗ്രന്ഥങ്ങൾ രചിക്കുകയും സിദ്ധാന്തങ്ങൾ ആവിഷ്കരിക്കുകയും ചെയ്യുന്നതിന് മുമ്പുതന്നെ

സ്വതന്ത്രമായി തന്റെ ചിന്താപദ്ധതിയോട് സമാനമായ സങ്കൽപ്പനങ്ങളിൽ എംഗൽസ് എത്തിച്ചേർന്നതായി മാർക്സ് തന്നെ സാക്ഷ്യപ്പെടുത്തിയിട്ടുണ്ട്. എങ്കിലും എപ്പോഴും തന്റെ പങ്ക് വളരെ കുറച്ചുകാണിച്ച് മാർക്സിനെ തങ്ങളാവിഷ്കരിച്ച എല്ലാ മഹൽതത്വങ്ങളുടെയും പ്രഥമ ശ്രോതസായി സ്ഥാപിക്കുക എന്നത് എംഗൽസിന്റെ പതിവായിരുന്നു.

മാർക്സിന്റെ മക്കൾക്ക് എംഗൽസ് പ്രിയങ്കരനായ 'മാമനും' മാർക്സിന്റെ ഭാര്യ ജെന്നിക്ക് അദ്ദേഹം ഏകോദര സഹോദരനെപ്പോലെയും ആയിരുന്നു. കഠിനമായ ദാരിദ്ര്യവും രോഗവും മരണങ്ങളും മാർക്സ് കുടുംബത്തെ പീഡിപ്പിച്ചിരുന്ന കാലത്തെല്ലാം അവരുടെ ദൈനംദിന ചെലവുകൾക്ക് പണം നൽകിക്കൊണ്ടിരുന്നത് എംഗൽസ് ആയിരുന്നു. യൂറോപ്യൻ രാഷ്ട്രങ്ങളിൽനിന്ന് പിന്തിരിപ്പൻ സർക്കാരുകൾ വേട്ടയാടി ഓടിച്ചപ്പോൾ മാർക്സും കുടുംബവും ലണ്ടനിലാണല്ലോ അഭയം തേടിയത്. അക്കാലത്ത് മാഞ്ചസ്റ്ററിൽ എംഗൽസ് കുടുംബവക ഒരു കമ്പനിയിൽ ആദ്യം ജീവനക്കാരനായിട്ടും പിന്നീട് മേൽനോട്ടക്കാരനായും പണിയെടുക്കുകയായിരുന്നു. അങ്ങനെ കിട്ടുന്ന വരുമാനത്തിൽ നിന്നാണ് മാർക്സ് കുടുംബത്തെ അദ്ദേഹം സഹായിച്ചുവന്നത്. മൂലധനം ഒന്നാം വാല്യം പൂർത്തിയാക്കിയ അർധരാത്രിക്കുശേഷം മാർക്സ് തന്റെ ആത്മമിത്രത്തിന് എഴുതിയ കത്ത് പ്രസിദ്ധമാണ്. അതു താഴെ ചേർക്കുന്നു:

1867 ആഗസ്റ്റ് 16-രാത്രി 2 മണി

പ്രിയപ്പെട്ട ഫ്രെഡ്,

പുസ്തകത്തിന്റെ അവസാനത്തെ ഷീറ്റ് (49) ഇതാ തിരുത്തിക്കഴിഞ്ഞു. അനുബന്ധം-മൂലരൂപം - ചെറിയ അക്ഷരത്തിൽ ഒന്നേകാൽ ഷീറ്റ് വരും.

മുഖവുര തിരുത്തി ഇന്നലെ അയച്ചു. അങ്ങനെ ഈ വാല്യം പൂർത്തിയായിരിക്കുന്നു. താങ്കളുടെ സഹായസഹകരണങ്ങൾകൊണ്ടുമാത്രമാണ് ഇത് സാധ്യമായത്. എനിക്കുവേണ്ടി താങ്കൾ ചെയ്ത ആത്മത്യാഗം കൂടാതെ, ഈ മൂന്നു വാല്യങ്ങളുടെ ഭഗീരഥപ്രയത്നം എനിക്ക്, ഒരുപക്ഷേ, ഒരിക്കലും ചെയ്തുതീർക്കാൻ കഴിയുമായിരുന്നില്ല. കൃതജ്ഞതാപൂർണമായി ഞാൻ താങ്കളെ ആലിംഗനം ചെയ്യുന്നു.

തിരുത്തിയ പ്രൂഫിന്റെ രണ്ടു ഷീറ്റ് ഇതൊന്നിച്ച് അയക്കുന്നുണ്ട്. അയച്ച 15 പവൻ ഏറ്റവും നന്ദിപൂർവം കൈപ്പറ്റി.

എന്റെ ഏറ്റവും പ്രിയപ്പെട്ട സുഹൃത്തേ, അഭിവാദനങ്ങൾ.

താങ്കളുടെ
കെ മാർക്സ്

അങ്ങനെ മാർക്സിന്റെ ജീവിതകാലത്ത് നൽകിയ സ്നേഹത്തിനും സഹകരണത്തിനും പുറമെ മാർക്സിന്റെ കാലശേഷം അദ്ദേഹത്തിന്റെ *മൂലധനം* രണ്ടുംമൂന്നും വാല്യം ഉൾപ്പെടെ പല അപ്രസിദ്ധീകൃത കൃതികളും എംഗൽസാണ് എഡിറ്റുചെയ്ത് പ്രസിദ്ധീകരിച്ചത്. അതിനും പുറമെ എംഗൽസിന്റെതന്നെ കുടുംബം, സ്വകാര്യ സ്വത്ത്, ഭരണകൂടം എന്നിവയുടെ ഉദ്ഭവം മുതലായ പല പ്രാമാണിക ഗ്രന്ഥങ്ങളും മാർക്സ് അവശേഷിപ്പിച്ച കുറിപ്പുകളെ ആസ്പദമാക്കി തന്റെ സുഹൃത്തിനോടുള്ള കടപ്പാട് നിറവേറ്റുന്നതുപോലെ എഴുതിയതാണ്. സർവോപരി മാർക്സിന്റെ കാലത്ത് താനും മാർക്സും ഒന്നുചേർന്ന് നയിച്ചിരുന്ന സാർവദേശീയ തൊഴിലാളിവർഗ പ്രസ്ഥാനത്തിന്റെയും സംഘടനകളുടെയും നേതൃത്വഭാരം 1895-ൽ നിര്യാതനാകുന്നതുവരെ എംഗൽസ് സ്വയം ഏറ്റെടുത്ത് പ്രശസ്തമായി നിർവഹിച്ചു. മാർക്സിന്റെ നിര്യാണശേഷം വർഗശത്രുക്കളുടെ കടുത്ത കടന്നാക്രമണങ്ങൾക്ക് ഇരയായി പ്രവർത്തനം നിലച്ച ഒന്നാം ഇന്റർനാഷണലിന്റെ സ്ഥാനത്ത് 1889-ൽ രണ്ടാം ഇന്റർനാഷണൽ സ്ഥാപിച്ചതും തുടർന്ന് നടത്തിയതും എംഗൽസിന്റെ നേതൃത്വത്തിലായിരുന്നു.

എംഗൽസിന്റെ പ്രിയകാമിനി മേരി ബേൺസ് 1863-ൽ അകാല ചരമമടഞ്ഞതായിരുന്നു അദ്ദേഹത്തിന്റെ ജീവിതത്തിലെ ഏറ്റവും വലിയ വൈയക്തിക ദുഃഖം. തുടർന്ന് അദ്ദേഹം മേരിയുടെ ഇളയ സഹോദരി ലിസിയെ ഭാര്യയായി സ്വീകരിച്ചു. അയർലണ്ടുകാരായ ഈ രണ്ട് മഹിളാമണികളും അയർലണ്ടിന്റെ ദേശീയസ്വാതന്ത്ര്യ പ്രസ്ഥാനത്തിലും തൊഴിലാളിവർഗ പ്രസ്ഥാനത്തിലും ചെറുപ്പംതൊട്ടേ തൽപ്പരരായിരുന്നു. അവർക്ക് കുട്ടികളുണ്ടായില്ല.

1820 നവംബർ 28-ാം തീയതി ജർമനിയിലെ റയിൻലെണ്ട് പ്രദേശത്ത് ബാർമൻ എന്ന ചെറുനഗരത്തിൽ പരുത്തിവ്യവസായികളുടെ ഒരു ഭേദപ്പെട്ട കുടുംബത്തിൽ ജനിച്ച എംഗൽസ് 1895 ആഗസ്റ്റ് 5-ാം തീയതി ലണ്ടനിൽവച്ച് നിര്യാതനായി.

എംഗൽസിനെക്കാൾ രണ്ടു വയസ് കൂടുതലുണ്ടായിരുന്ന കാൾ മാർക്സ് 1818 മേയ് 5-ാം തിയതി റയിൻലെണ്ടിൽ ട്രിയർ എന്ന നഗരത്തിൽ ജനിച്ചു. സാമാന്യം നല്ല വരുമാനമുണ്ടായിരുന്ന അഭിഭാഷകൻ ഹെഷൽ മാർക്സിന്റെയും ഹെന്റിയെത്തയുടെയും ഒൻപതു മക്കളിൽ മൂന്നാമത്തെ ആളായിരുന്നു മാർക്സ്. അവരെല്ലാം യഹൂദരായിരുന്നുവെങ്കിലും 1824-ൽ പ്രൊട്ടസ്റ്റന്റ് മതം സ്വീകരിച്ചു. ഏതെങ്കിലും മതത്തോട് അതിർകവിഞ്ഞ കൂറോ വിരോധമോ ഒന്നും ഫ്രഞ്ചു വിപ്ലവത്തിന്റെ ആദർശങ്ങളിൽ ആകൃഷ്ടനായിരുന്ന അച്ഛൻ മാർക്സിന് ഇല്ലായിരുന്നു. അന്നത്തെ ജർമനിയിലെ (പിൽക്കാലത്തെ നാസി ജർമനിയിലെ അളവോളം ഇല്ലെങ്കിലും) ജൂതവിരുദ്ധ അന്തരീക്ഷത്തിൽ സ്വൈരമായി തൊഴിലെടുത്ത് ഉപജീവനം കഴിക്കാനുള്ള അടവ് എന്ന നിലയിലാണ് ഈ മതപരിവർത്തനം നടത്തിയത്. തന്റെ പ്രക്ഷുബ്ധമായ ജീവിതചര്യയിൽ

പലപ്പോഴും അച്ഛനുമായി ഇടയേണ്ടിവന്നിട്ടുണ്ട്. എങ്കിലും മാർക്സിന് അദ്ദേഹത്തെക്കുറിച്ച് അങ്ങേയറ്റത്തെ ആദരവും സ്നേഹവുമാണ് ഉണ്ടായിരുന്നത്. എന്നാൽ മാർക്സിന്റെ അമ്മ ഹെൻറിയെത്തക്ക് ഒരിക്കലും മകന്റെ പോക്ക് മനസിലാക്കാൻ കഴിഞ്ഞിട്ടില്ല. “ഇവൻ ഇങ്ങനെ പണത്തെക്കുറിച്ച് അന്തമില്ലാതെ എഴുതിക്കൊണ്ടിരിക്കുന്നതല്ലാതെ പണമൊന്നും ഉണ്ടാക്കുന്നില്ലല്ലോ'' എന്ന അമ്മയുടെ സർട്ടിഫിക്കറ്റ് മാർക്സിന്റെ ജീവചരിത്ര രചയിതാക്കൾക്ക് രസം പകരുന്ന ഒന്നാണ്.

സ്കൂൾ വിദ്യാഭ്യാസം സ്വന്തം നഗരത്തിൽതന്നെ പൂർത്തിയാക്കിയ കാൾ ആദ്യം ബോൺ സർവകലാശാലയിലും പിന്നീട് ബർലിൻ സർവകലാശാലയിലും ഉപരിവിദ്യാഭ്യാസം പൂർത്തിയാക്കി. കൗമാരസഹജമായ കുസൃതികൾ കുറേ കൂടുതലായിരുന്നുവെങ്കിലും പഠിത്തത്തിൽ സമർഥനും കുശാഗ്രബുദ്ധിയുമായി കാണപ്പെട്ട മകൻ തന്നെപ്പോലെ നല്ലൊരു അഭിഭാഷകനായി പ്രമാണിത്തം നേടണമെന്നായിരുന്നു അച്ഛൻ മാർക്സിന്റെ അഭിലാഷം. എന്നാൽ മകൻ കൂടുതൽ തൽപ്പരനായിരുന്നത് ചരിത്രത്തിലും ദർശനത്തിലും മറ്റുമായിരുന്നു. 1841-ൽ ബർലിൻ സർവകലാശാലയിൽനിന്ന് അദ്ദേഹം ഡോക്ടറേറ്റ് നേടിയത് യവനദാർശനികരായ ഡമോക്രിറ്റസിന്റെയും എപ്പിക്യൂറസിന്റെയും ദർശനങ്ങളെ താരതമ്യപ്പെടുത്തുന്ന പ്രബന്ധം രചിച്ചാണ്. പിൽക്കാലത്തെ വൈരുധ്യാധിഷ്ഠിത ഭൗതികവാദിയായ മാർക്സിലേക്ക് ബൗദ്ധികകാതങ്ങൾ ഇനിയും വളരെയേറെ താണ്ടേണ്ടതുണ്ടായിരുന്നു എങ്കിലും പിൽക്കാല മാർക്സിന്റെ ഉദയരശ്മികൾ ഈ പി എച്ച് ഡി പ്രബന്ധത്തിൽ അങ്ങിങ്ങ് പ്രകാശം പരത്തുന്നുണ്ട്.

ഡോക്ടറേറ്റ് ബിരുദം എടുത്തശേഷം സർവകലാശാലയിൽത്തന്നെ ഒരധ്യാപക ജോലി നേടണമെന്നായിരുന്നു മാർക്സിന്റെ മോഹം. അതിനായി അദ്ദേഹം തന്റെ പ്രഥമ സർവകലാശാലയായ ബോണിൽ എത്തി. എന്നാൽ ആ മോഹം അതിവേഗം ഉപേക്ഷിക്കേണ്ടിവന്നു. അതിനകം തന്നെ പുരോഗമന ചിന്തകൻ എന്ന സൽപ്പേരോ ദുഷ്പേരോ നേടിക്കഴിഞ്ഞിരുന്ന യുവമാർക്സിനെ അധ്യാപകജോലിയിൽ പ്രവേശിപ്പിക്കാൻ അധികൃതർ തയാറില്ലായിരുന്നു. അക്കാലത്തെ ജർമൻ സർവകലാശാലകളിൽ കോളിളക്കം സൃഷ്ടിച്ചുകൊണ്ടിരുന്ന യുവഹെഗലിയൻ പ്രസ്ഥാനത്തിൽപ്പെട്ട ആളായിരുന്നു മാർക്സും. ലോകദാർശനിക ചരിത്രത്തിലെ അപൂർവ ജ്യോതിസുകളിൽ ഒന്നായിരുന്ന ജർമൻകാരൻ ഗിയോർഗ് വിൽഹെം ഫ്രീഡ്രിക് ഹെഗൽ (1770-1831) ആവിഷ്കരിച്ച വൈരുധ്യാധിഷ്ഠിത വാദത്തെ ആശയവാദപരമായ യാഥാസ്ഥിതിക മാലിന്യങ്ങൾ തുടച്ചുനീക്കി സാമൂഹ്യ-രാഷ്ട്രീയ വിപ്ലവത്തിന് അനുയോജ്യമായി വ്യാഖ്യാനിച്ചവരാണ് യുവ ഹെഗലിയന്മാർ. ലുദ്വിഗ് ഫൊയർബാഹ് (1804-1872) ബ്രൂണൊ ബൗവെർ (1809-1882), എഡ്ഗർ ബൗവെർ (1820 -1886) തുടങ്ങി പല പ്രഗൽഭ ദാർശനികരും ഈ യുവഹെഗലിയൻ പ്രസ്ഥാനത്തിൽപ്പെട്ടവരായിരുന്നു. ഫൊയർബാഹിന്റെയും ഹെഗലിന്റെയും

സിദ്ധാന്തങ്ങൾ മാർക്സിന്റെയും എംഗൽസിന്റെയും ചിന്തകളെ ഗണ്യമായി സ്വാധീനിക്കുകയും വൈരുധ്യാധിഷ്ഠിത ഭൗതികവാദത്തിന്റെയും ചരിത്രപരമായ ഭൗതികവാദത്തിന്റെയും രൂപീകരണത്തിന് സംഭാവന നൽകുകയും ചെയ്തിട്ടുണ്ട്.

ഒരുഘട്ടത്തിൽ ഇവരെല്ലാം ജർമൻ സർവകലാശാലകളിൽ സർവതന്ത്ര സ്വതന്ത്രരായി വിഹരിക്കുകയും വിവാദങ്ങളിൽ ഏർപ്പെടുകയും ചെയ്തിരുന്നു എങ്കിലും മാർക്സിന്റെ പഠനകാലത്തിന്റെ അന്ത്യത്തോടെ അന്തരീക്ഷമാകെ പുരോഗമന പ്രവണതകൾക്കെതിരെ കലുഷമാവുകയായിരുന്നു. ഫൊയർബാഹിനെ നേരത്തെ തന്നെ അധ്യാപകജോലിയിൽ നിന്ന് പിരിച്ചുവിട്ട ബോൺ സർവകലാശാല മാർക്സ് ജോലിക്കായി ചേർന്ന വർഷം ബ്രൂണൊ ബൗവെറെയും പ്രൊഫസർ ജോലിയിൽനിന്ന് നിഷ്കാസനം ചെയ്തു. അതോടെ തന്റെ വിപ്ലവകാരിത്വത്തിന് ലഭിച്ച ആദ്യത്തെ ശിക്ഷ എന്ന നിലയിൽ മാർക്സ് പ്രൊഫസറാകാനുള്ള മോഹം ഉപേക്ഷിച്ചു. പിന്നീട് അദ്ദേഹം സ്വാഭാവികമായി തിരിഞ്ഞത് രാഷ്ട്രീയപ്രവർത്തനത്തിലേക്കും പത്രപ്രവർത്തനത്തിലേക്കുമാണ്.

1835-ൽ സ്കൂൾ വിദ്യാഭ്യാസം പൂർത്തിയാക്കി ഉപരിപഠനത്തിനായി ബോണിലേക്ക് പുറപ്പെടുന്നതിനുമുമ്പുതന്നെ മാർക്സ് ജീവിതസഖിയെ കണ്ടെത്തിക്കഴിഞ്ഞിരുന്നു. ട്രിയറിൽ മാർക്സ് കുടുംബത്തിന്റെ തൊട്ട് അയൽപക്കത്തു താമസിച്ചിരുന്ന ലൂയി വോൺ വെസ്റ്റ്ഫേലൻ പ്രഭുവിന്റെ സുന്ദരിയായ മകൾ ജെന്നിയായിരുന്നു കാമിനി. ജെന്നിയുടെ സഹോദരൻ എഡ്ഗാർ മാർക്സിന്റെ ഏറ്റവും അടുത്ത സ്കൂൾ ചങ്ങാതിയായിരുന്നു. മറ്റൊരു നാട്ടുരാജ്യമായ (അക്കാലത്ത് ജർമനി വലുതും ചെറുതുമായ നിരവധി നാട്ടുരാജ്യങ്ങളായി വിഭജിക്കപ്പെട്ടിരുന്നു.) ബ്രൂൺസ്വിക്കിൽ നിന്ന് രാജകീയ പ്രതിനിധിയായി ട്രിയറിൽ വന്നു താമസിക്കുകയായിരുന്നു വെസ്റ്റ്ഫേലൻ പ്രഭു. പദവിയിലും സമ്പത്തിലുമെല്ലാം മാർക്സ് കുടുംബത്തെക്കാൾ വളരെ ഉയർന്നവരായിരുന്നു വെസ്റ്റ്ഫേലന്മാർ. എന്നാൽ സംസ്കാര സമ്പന്നനും സാഹിത്യരസികനും പണ്ഡിതനും പുരോഗമനാശയക്കാരനും ആയിരുന്ന വെസ്റ്റ്ഫേലൻ പ്രഭുവിന് മാർക്സ് കുടുംബവുമായി അടുക്കാൻ തന്റെ ഉന്നതപദവി പ്രതിബന്ധമായില്ല. മാർക്സിന്റെ അച്ഛനെക്കാൾ 12 വയസ്സ് കൂടുതലുണ്ടായിരുന്നു വെസ്റ്റ്ഫേലന്. എങ്കിലും വിദ്യാർഥിയായ മാർക്സിനോട് വാത്സല്യത്തോടെയെങ്കിലും സമഭാവനയോടെ പെരുമാറിവന്നു. പ്രായം ചെന്നവരോടെന്നപോലെ ഹോമറെയും റൂസോയെയും വോൾടയറെയും ഷേക്സ്പിയറെയും കുറിച്ച് വെസ്റ്റ്ഫേലൻ മാർക്സുമായി ചർച്ച ചെയ്യാറുണ്ടായിരുന്നു. തൊട്ടടുത്ത ഗ്രാമത്തിലേക്കും കുട്ടിവനത്തിലേക്കും പതിവായി നടക്കാൻ പോകുമ്പോൾ വെസ്റ്റ്ഫേലന്റെ കൂട്ടുകാരൻ മാർക്സായിരുന്നു. തന്റെ ഡോക്ടർബിരുദ പ്രബന്ധം മാർക്സ് വെസ്റ്റ്ഫേലനാണ് സമർപ്പിച്ചത്. ആ സമർപ്പണത്തിന് അനുമതി തേടിക്കൊണ്ടുള്ള കത്തിൽനിന്ന് മാർക്സിന് വെസ്റ്റ്ഫേലനോട് ഉണ്ടായിരുന്ന സ്നേഹാദരങ്ങളും

ബൗദ്ധിക കടപ്പാടും വ്യക്തമാണ്. അതോടൊപ്പം യുവമാർക്സിന്റെ ബൗദ്ധിക മൂല്യബോധവും. അതിൽ ഇങ്ങനെ പറയുന്നു:

> താങ്കളുടെ പ്രിയങ്കരമായ പേര് നിസാരമായ ഒരു ലഘുലേഖയുടെ ആമുഖത്തിൽ എഴുതിച്ചേർക്കുന്നതിനോട് എന്റെ പ്രിയമുള്ള പിതൃകൽപ്പനായ സുഹൃത്തേ എന്നോട് ക്ഷമിച്ചാലും. പക്ഷേ, എന്റെ സ്നേഹസൂചകമായ ഒരെളിയ തെളിവ് നൽകാൻ മറ്റൊരു സന്ദർഭംവരെ കാത്തിരിക്കാൻ എനിക്ക് ക്ഷമയില്ല. ആത്മചൈതന്യം നൽകുന്ന വീര്യത്തെപ്പറ്റി എന്നെപ്പോലെ സംശയാലുക്കളായ ഏവർക്കും ഈ സൗഭാഗ്യം കൈവരട്ടെ. പ്രായം ചെന്നിട്ടും യുവവാസനകൾ കൈമോശം വരാതെ സത്യത്തെ വിവേകപൂർവം പ്രകീർത്തിക്കുകയും പുരോഗതിയെ സഹർഷം സ്വാഗതം ചെയ്യുകയും ചെയ്യുന്ന ഒരു വന്ദ്യവയോധികനെ ആരാധിക്കാൻ സന്ദർഭം ലഭിക്കുക എന്ന സൗഭാഗ്യം. പിന്തിരിപ്പൻ ഭൂതങ്ങളെയോ പലപ്പോഴും കറുത്തിരുളുന്ന അന്തരീക്ഷത്തെയോ കണ്ട് അങ്ങൊരിക്കലും പിന്തിരിഞ്ഞോടിയിട്ടില്ല. ഈ ലോകത്തിന്റെ ഹൃദയത്തിൽ ജ്വലിക്കുന്ന ശ്രീകോവിലിനെ മറയ്ക്കുന്ന തിരശീല തുളച്ചുകീറിക്കാണാൻ തീവ്രമായ ആദർശനിഷ്ഠ നൽകുന്ന ഉൾക്കാഴ്ച അങ്ങയെ സഹായിക്കുന്നു. ആദർശനിഷ്ഠ ഒരു വ്യാമോഹമല്ലെന്നും അതൊരു സത്യമായ യാഥാർഥ്യമാണെന്നും ഉള്ളതിന് പിതൃകൽപ്പനായ സുഹൃത്തേ, അങ്ങ് എനിക്കെന്നുമെന്നും ഒരു സജീവദൃഷ്ടാന്തമായി വർത്തിക്കുന്നു.

തീവ്രമായ ഈ സ്നേഹാദരങ്ങൾക്ക് പുറകിൽ ജെന്നിയോടുള്ള അഭിനിവേശവും അടങ്ങിയിരിക്കാം. ഇക്കാലത്ത് വളരെയേറെ കവിതകൾ മാർക്സ് എഴുതിവന്നു. 19 മുതൽ 21-ഓ 22-ഓ വയസുവരെയുള്ള കാലത്ത് താനെഴുതിയ ഈ കവിതകളെക്കുറിച്ച് മാർക്സിന് ഒട്ടും അഭിമാനമില്ലായിരുന്നു. അദ്ദേഹത്തിന്റെ ജീവിതകാലത്ത് അവയൊന്നും പ്രസിദ്ധീകരിച്ചിട്ടുമില്ല. വളരെ കേമമെന്നു പറഞ്ഞുകൂടെങ്കിലും കൗമാരത്തിൽനിന്ന് യൗവനത്തിലേക്ക് കാൽകുത്തുന്ന ഒരു പ്രതിഭാശാലിയുടെ കാൽപ്പനികഭാവനകളും വികാര തീവ്രതയും ആദർശഭ്രാന്തും സർവോപരി തന്റെ കാമിനിയോടുള്ള പ്രേമവായ്പും ഈ സൃഷ്ടികൾക്ക് അസുലഭമായ സൗരഭ്യപ്രസരം നൽകുന്നുണ്ട് (ഇവയിൽ കുറെയെണ്ണം ഒ എൻ വി കുറുപ്പ് മനോഹരമായി വിവർത്തനം ചെയ്തു പ്രസിദ്ധീകരിച്ചിട്ടുണ്ട്).

ഇവയിൽ പലതും പ്രേമത്തെക്കുറിച്ചും ജെന്നിയെക്കുറിച്ചുമാണ്. ഈ കവിതകൾ നിറച്ച രണ്ട് കൈയെഴുത്തു പുസ്തകങ്ങൾ ജെന്നിക്കായി സമർപ്പിച്ചിരിക്കുന്നു. ജെന്നിയെക്കുറിച്ചുള്ള കവിതയുടെ ഒരു മാതൃക കാണുക:

ജെന്നി - എന്നൊരേപദം മാത്രമായോരോവരി-
തന്നിലും കുറിച്ചിട്ടൊരായിരം പ്രബന്ധങ്ങൾ
പൂർത്തിയാക്കുവാനെനിക്കായിടും, അതിലുപ-
ഗുപ്തമാമൊരു ചിന്താലോകം, ശാശ്വതകർമ്മം,
ചാഞ്ചല്യമെഴാത്തതാമിച്ഛകളതിസൗമ്യ-
വാഞ്ചകൾ തുടിക്കുന്ന മധുരപദ്യങ്ങളും.

പ്രൊഫസർ ഉദ്യോഗത്തിനുള്ള സാധ്യത അടഞ്ഞതിനെ തുടർന്ന് 1842-ൽ 24-ാമത്തെ വയസിൽ *നേയോ റൈനിഷ് ത് സൈത്തൂങ്ങ്* എന്ന ഒരു കാലിക പ്രസിദ്ധീകരണത്തിന്റെ പത്രാധിപത്യം മാർക്സ് ഏറ്റെടുത്തു. അതിനുമുമ്പുതന്നെ ബ്രൂണോ ബൗവറോടൊപ്പം മാർക്സ് അതിൽ ലേഖനങ്ങൾ എഴുതാറുണ്ടായിരുന്നു. എന്നാൽ മാർക്സ് അതിന്റെ മുഖ്യപത്രാധിപരായതോടുകൂടി ഗവൺമെന്റ് കർശനമായ സെൻസർഷിപ്പ് ഏർപ്പെടുത്തുകയും പിന്നീടത് നിരോധിക്കാൻ തീരുമാനിക്കുകയും ചെയ്തു. മൂന്നുമാസത്തെ പത്രാധിപത്യത്തിനുശേഷം നിരോധനം നടപ്പിൽ വരുത്തുന്നതിനുമുമ്പുതന്നെ മാർക്സ് രാജിവച്ചൊഴിഞ്ഞു. എങ്കിലും പത്രം രക്ഷപ്പെട്ടില്ല. 1843-മാർച്ചിൽ നിരോധനം നടപ്പിൽവന്നു.

ആ വർഷം തന്നെ മാർക്സിന്റെ പ്രേമം സഫലമായി. മാർക്സും ജെന്നിയും വിവാഹിതരായി. മാർക്സ് മരിക്കുന്നതിന് രണ്ടുവർഷംമുമ്പ് 1881-ൽ ജെന്നി നിര്യാതയാകുംവരെ ആ പ്രേമബന്ധം ഒരു നീണ്ട മധുവിധുപോലെ തുടർന്നു. 13 വർഷത്തെ വിവാഹജീവിതത്തിനുശേഷം മാർക്സ് ജെന്നിക്ക് എഴുതിയ കത്തിലും ആ വികാരവൈവശ്യം ഒളിമിന്നുന്നതു കാണുക.

പ്രിയപ്പെട്ട ജെന്നിക്ക്,

എന്റെയീ ഏകാന്തതയിൽ, നിനക്കെന്റെ വിചാരങ്ങളെന്തെന്ന് അറിയാനോ കേൾക്കാനോ എന്നോടു മറുപടി പറയാനോ കഴിയാത്തിടത്തോളം, വികാരങ്ങളിലൂടെ നിന്നോട് സംവദിക്കാൻ വിഷമമായതുകൊണ്ട്, ഞാൻ വീണ്ടും നിനക്കെഴുതുകയാണ്. നിന്റെ ഛായാചിത്രം - അതെത്രതന്നെ മോശമായാലും വേണ്ടില്ല-എന്നെ തികച്ചും തുണയ്ക്കുന്നു. ആ 'വ്യാകുലമഡോണ'കൾക്കും വിശുദ്ധ കന്യാമറിയത്തിന്റെ ആ ഏറ്റവും മോശപ്പെട്ട ചിത്രങ്ങൾക്കുപോലും ഇത്രയേറെ ആവേശഭരിതരായ ആരാധകരെ, നല്ല ചിത്രങ്ങൾക്കുള്ളതിലും കവിഞ്ഞ ആരാധകരെ നേടിയെടുക്കാൻ സാധിച്ചതെന്തുകൊണ്ടാണെന്ന് ഞാനിപ്പോൾ അറിയുന്നു. എന്നിരിക്കിലും ആ വ്യാകുല മഡോണാരൂപങ്ങളൊന്നും ഇത്രയും നിർലോഭമായി ചുംബിക്കപ്പെട്ടിട്ടില്ല. അവയിലൊന്നുപോലും, നിന്റെ ചിത്രംപോലെ ഇത്രയും സ്നേഹാർദ്ര

മായ വികാരവായ്പോടെ ശ്രദ്ധിക്കപ്പെടുകയോ ആദരിക്കപ്പെടുകയോ ചെയ്തിട്ടുണ്ടാവില്ല....

(1856 ജൂൺ 1)

മക്കൾ വളർന്ന് ഭർതൃമതികളും അമ്മമാരും ആയിട്ടും ജെന്നിയോടുള്ള ഈ പ്രേമവായ്പും യൗവനസഹജമായ വികാരാവേശവും മാർക്സിൽ അസ്തമിച്ചിരുന്നില്ലെന്ന് അദ്ദേഹത്തിന്റെ കത്തുകളും സുഹൃത്തുക്കളുടെ ഓർമക്കുറിപ്പുകളും സാക്ഷ്യപ്പെടുത്തുന്നു. മക്കളോടും മനോഭാവം മറിച്ചായിരുന്നില്ല. മക്കൾക്ക് അദ്ദേഹം കളിക്കൂട്ടുകാരനും ആരാധനാപാത്രമായ വീരപുരുഷനുമായിരുന്നു. അവരിൽ മാർക്സിനെ അതിജീവിച്ച എലീനറും ലോറയും അവരുടെ ഭർത്താക്കന്മാരും മാർക്സിസ്റ്റ് പ്രസ്ഥാനത്തിന്റെ നേതാക്കളും പ്രചാരകരുമായി ഉയർന്നു.

എന്നാൽ സ്നേഹമസൃണവും ആനന്ദസന്ദായകവുമായ ഈ കുടുംബചിത്രം യാഥാർഥ്യത്തിന്റെ ഒരുവശം മാത്രം. ദാരിദ്ര്യവും രോഗവും മരണവും ആ കുടുംബത്തെ പീഡിപ്പിച്ചതിന് കണക്കില്ല. ജെന്നി രണ്ട് ആൺകുട്ടികളെയും നാലു പെൺകുട്ടികളെയും പ്രസവിച്ചുവെങ്കിലും അവരിൽ എലീനയും ലോറയും മാത്രമാണ് അവരെ അതിജീവിച്ചത്. മൂന്നു കുഞ്ഞുങ്ങൾ അവരുടെ ദാരിദ്ര്യദു:ഖത്തിന്റെ മൂർധന്യകാലമായിരുന്ന 1850-കളിൽ ശൈശവദശയിൽതന്നെ മരിച്ചു. പലപ്പോഴും മരുന്നിന്റെയും ഭക്ഷണത്തിന്റെയും കുറവുകളായിരുന്നു ഈ ശിശുമരണങ്ങൾക്ക് കാരണം. മരിച്ച കുഞ്ഞിന് ശവപ്പെട്ടി വാങ്ങാൻ കഴിയാതെ ശവസംസ്കാരം കണക്കിലേറെ നീണ്ടുപോയ സന്ദർഭങ്ങളുണ്ടായിട്ടുണ്ട്. ദാരിദ്ര്യവും മനോവേദനയും ജെന്നിയെ നിത്യരോഗിണിയാക്കി മാറ്റി. മാർക്സിനാണെങ്കിൽ കഠിനവേദനയുളവാക്കുകയും ചലം ഒലിക്കുകയും ചെയ്യുന്ന പ്രമേഹകുരു (കാർബങ്കിൾ). ഈ ഘട്ടങ്ങളിലെല്ലാം ജെന്നിയുടെ മുറുമുറുപ്പില്ലാത്ത ഹൃദയംഗമമായ പരിചരണവും എംഗൽസിന്റെ കൂടക്കൂടെയുള്ള ധനസഹായവുമാണ് ആ കുടുംബത്തെ നിലനിർത്തിയത് (മാർക്സിന്റെ ജീവിതത്തിലെ ഈ ഘട്ടത്തെക്കുറിച്ച് 6-ാം അധ്യായത്തിൽ വിശദമായി വായിക്കുക.)

1848-ലെ യൂറോപ്യൻ വിപ്ലവത്തിന്റെ പരാജയത്തെ തുടർന്ന് മറ്റെല്ലാ രാജ്യങ്ങളിൽനിന്നും വേട്ടയാടപ്പെട്ട് ലണ്ടനിൽ അഭയം തേടിയതിനു ശേഷമുള്ള ഒന്നര പതിറ്റാണ്ടുകാലമാണ് മാർക്സിന്റെ ജീവിതത്തിലെ ഏറ്റവും ദുരിതം നിറഞ്ഞ നാളുകൾ. ഈ കാലയളവിൽ തന്നെയാണ് മൂലധനം നാലു വാല്യങ്ങൾ എഴുതിത്തീർത്തതും ഒന്നാംവാല്യം അച്ചടിക്ക് തയാറാക്കിയതും.

1849-ൽ ലണ്ടനിൽ അഭയാർഥിയായി എത്തുന്നതിനു മുമ്പുതന്നെ ചരിത്രപുരുഷനായ മാർക്സിന്റെ സിദ്ധാന്തങ്ങളുടെയും പ്രവർത്തനപദ്ധതികളുടെയും രൂപരേഖ അദ്ദേഹത്തിന്റെ മനസിലെന്നപോലെ ലോകസമക്ഷവും വ്യക്തമായിക്കഴിഞ്ഞിരുന്നു. ജർമനിയിൽ സ്വതന്ത്രമായ പത്രപ്രവർത്തനം അസാധ്യമായതോടുകൂടി സ്വയംപഠനങ്ങൾക്കും പത്ര

പ്രവർത്തനത്തിനുമായി 1843 അവസാനം മാർക്സ് പാരീസിൽ എത്തിച്ചേർന്നു. അവിടെ അദ്ദേഹം *ഡ്യൂഷ് ഫ്റാൻസോയിഷ് യാഹ്റു ബുക്കർ* എന്നൊരു കാലികപ്രസിദ്ധീകരണം ആരംഭിച്ചെങ്കിലും അതിന്റെ ഒരു ലക്കം മാത്രമേ പുറത്തുവന്നുള്ളു. അതിൽ മാർക്സിന്റേതായി രണ്ട് നീണ്ട ലേഖനങ്ങൾ വരികയുണ്ടായി. യഹൂദപ്രശ്നത്തെക്കുറിച്ച് (1843-44) എന്നതും ഹെഗലിന്റെ വലതുപക്ഷദർശനത്തെക്കുറിച്ച് ഒരു വിമർശനവും (1844) ആണ് അവ. വേറെയും ചില ലേഖനങ്ങൾ അദ്ദേഹം എഴുതിയെങ്കിലും അവ പ്രസിദ്ധീകരിക്കപ്പെട്ടില്ല. അക്കാലത്ത് അദ്ദേഹം സ്വയംപഠനത്തിനായി എഴുതിയ ചില കുറിപ്പുകൾ പിൽക്കാലത്ത് വളരെ പ്രസിദ്ധങ്ങളായി. *പാരീസ് കൈയെഴുത്തുകുറിപ്പുകൾ* (1844) എന്നുകൂടി പരാമർശിക്കപ്പെടാറുള്ള സാമ്പത്തിക-ദാർശനിക കൈയെഴുത്തുകുറിപ്പുകളാണവ. ഒരിക്കലും പ്രസിദ്ധീകരിക്കാൻ ഉദ്ദേശിച്ചിട്ടില്ലായിരുന്ന ഈ പാരീസ് കുറിപ്പുകൾ മാർക്സിന്റെയും എംഗൽസിന്റെയും എന്നല്ല ലെനിന്റെയും മരണശേഷം 1930-കളിലാണ് കണ്ടെടുത്ത് പ്രസിദ്ധീകരിച്ചത്. അത് വിവിധ ഭാഷകളിലേക്ക് വിവർത്തനം ചെയ്തതോടുകൂടി വൈജ്ഞാനികലോകത്ത് ഒരു ചെറിയ ഭൂകമ്പം തന്നെ പൊട്ടിപ്പുറപ്പെട്ടു. മാർക്സിസ്റ്റ് ദർശനത്തിൽ ആധുനിക ചിന്തകർ വളരെയേറ വിലകൽപ്പിക്കുന്ന 'അന്യവൽക്കരണം' തുടങ്ങിയ ആശയങ്ങൾ ഈ കുറിപ്പുകളിലാണ് ആദ്യമായി പ്രത്യക്ഷപ്പെടുന്നത്. ഇതിന്റെ പ്രസിദ്ധീകരണത്തെ തുടർന്ന് മാനവികതയെ മാനിച്ചിരുന്ന യുവമാർക്സും മാനവികതയെ തിരസ്കരിച്ചതായി ആരോപിക്കപ്പെട്ട പിൽക്കാല മാർക്സും തമ്മിൽ വൈരുധ്യമുണ്ടെന്ന വാദം മുഴങ്ങാൻ തുടങ്ങി. ആ വക പ്രശ്നങ്ങളിലേക്ക് പ്രവേശിക്കാൻ ഇവിടെ ഇടമില്ല.

ജർമൻ പിന്തിരിപ്പൻ ഭരണാധികാരികളുടെ ശല്യം സഹിക്കവയ്യാതെ പാരീസിൽ എത്തിയ മാർക്സിന് അവിടെയും സ്വൈരം ലഭിച്ചില്ല. ജർമൻ (പ്രഷ്യൻ) ഭരണാധികാരികളുടെ സമ്മർദത്തിനുവഴങ്ങി ഫ്രഞ്ച് ഗവൺമെന്റ് 1845 ജനുവരിയിൽ മാർക്സിനെ നാടുകടത്തി. അടുത്തമാസത്തിൽ മാർക്സ് ബൽജിയത്തിലെ ബ്രസൽസിൽ എത്തിച്ചേർന്നു. അതിനുമുമ്പ് മറ്റൊരു പ്രധാന സംഭവം നടന്നിരുന്നു. ഇംഗ്ലണ്ടിലെ തന്റെ കുടുംബവക വ്യാപാരശാല സന്ദർശിക്കാൻ ഇംഗ്ലണ്ടിൽ പോയ ഫ്രഡറിക് എംഗൽസ് തിരിച്ചു സ്വദേശത്തേക്ക് മടങ്ങുംവഴി 1844 ആഗസ്റ്റ് 28-ാം തിയതി പാരീസിലിറങ്ങി പത്തുദിവസം അവിടെ ചെലവഴിച്ചു. മാർക്സും എംഗൽസും തമ്മിൽ ഇതിനകം പ്രസിദ്ധമായ ഒരു സൗഹൃദവികാസം അവിടെ ആരംഭിച്ചു.

ഇതിനുമുമ്പുതന്നെ തന്റെ പത്രത്തിലെ ഒരു ലേഖകൻ എന്ന നിലയിൽ മാർക്സിന് എംഗൽസിനെ അറിയാമായിരുന്നു. കൂടാതെ ഒരിക്കൽ ബ്രസൽസിൽവച്ച് ഹ്രസ്വമായി ഒന്നു കണ്ടുമുട്ടുകയും ചെയ്തിരുന്നു. എന്നാൽ ഇത്തവണ പാരീസിൽവച്ച് മാത്രമാണ് ഇരുവരും തമ്മിൽ ദീർഘമായി സംസാരിക്കാനും ചർച്ച ചെയ്യാനും പരസ്പരം അടുത്തറിയാനും

കഴിഞ്ഞത്. തങ്ങൾ രണ്ടുവഴിയിലൂടെ ഒരേ ദാർശനികവും രാഷ്ട്രീയവുമായ നിലപാടിൽ വന്നുനിൽക്കുകയാണെന്ന അറിവ് ഇരുവരെയും ആവേശഭരിതരാക്കി. പിന്നീടുള്ള അവരുടെ സൗഹൃദവും സഹകരണവും തൊഴിലാളിവർഗചരിത്രത്തിലെ ആകർഷകവും ഫലപ്രദവുമായ ഒരധ്യായമാണ്. ഈ സൗഹൃദവും സഹകരണവും തുടരാൻ എംഗൽസ് ബ്രസൽസിൽ എത്തി. അവരിരുവരും സഹകരിച്ച് എഴുതിയ ആദ്യത്തെ കൃതിയാണ് *ജർമൻ പ്രത്യയശാസ്ത്രം* (1846). മാർക്സിന്റെ ഇക്കാലത്തെ മറ്റു പ്രസിദ്ധപ്പെട്ട കൃതികൾ *വിശുദ്ധ കുടുംബം* (1844), *ഫൊയർബാഹിനെ സംബന്ധിച്ച തിസീസുകൾ* (1845), *തത്വശാസ്ത്രത്തിന്റെ ദാരിദ്ര്യം* (1847) എന്നിവയാണ്. ഇവയിൽ ഫ്രഞ്ചു മിതവാദി സോഷ്യലിസ്റ്റ് പ്യെർ ജോസഫ് പ്രൂദോണിന്റെ *ദാരിദ്ര്യത്തിന്റെ തത്വശാസ്ത്രം* എന്ന കൃതിക്കുള്ള നിശിതമായ ഖണ്ഡ വിമർശനം എന്ന രീതിയിൽ ഫ്രഞ്ചുഭാഷയിൽതന്നെ മാർക്സ് എഴുതിയ *തത്വശാസ്ത്രത്തിന്റെ ദാരിദ്ര്യം* മാത്രമേ പ്രസിദ്ധീകരിച്ചിരുന്നുള്ളു. മറ്റുള്ളവയെല്ലാം മാർക്സിന്റെ കാലശേഷം മാത്രമാണ് വെളിച്ചം കണ്ടത്.

ഈ കൃതികളിലെല്ലാം ഭാവിമാർക്സിസത്തിന്റെ രൂപരേഖ പടിപടിയായി തെളിഞ്ഞുവരുന്നുണ്ട് എങ്കിലും ഈ കാലഘട്ടത്തിന് മകുടം ചാർത്തുന്നത് മാർക്സും എംഗൽസും ചേർന്ന് എഴുതിയ *കമ്യൂണിസ്റ്റ് മാനിഫെസ്റ്റോ* (1848) ആണ്. ഈ വിശ്വപ്രശസ്ത കൃതിയുടെ യഥാർഥ പേര് *കമ്യൂണിസ്റ്റ് പാർട്ടിയുടെ പ്രകടനപത്രിക* എന്നാണ്.

1847 ജൂൺ തൊട്ട് 1852 നവംബർ 17-ാം തീയതിവരെ പ്രവർത്തിച്ചുവന്ന സാർവദേശീയ രഹസ്യസംഘടനയായ കമ്യൂണിസ്റ്റ് ലീഗിന്റെ ലണ്ടനിൽ ചേർന്ന രണ്ടാം കോൺഗ്രസിന്റെ (1847) നിർദേശപ്രകാരമാണ് മാർക്സും എംഗൽസും ഈ രേഖ തയാറാക്കിയത്. അന്ന് മാർക്സിന് 29-ഉം, എംഗൽസിന് 27-ഉം വയസേ ഉണ്ടായിരുന്നുള്ളുവെങ്കിലും അവരെ പരിണതപ്രജ്ഞരും സുപരീക്ഷിതരും ആയ വിപ്ലവകാരികളായി തലമുതിർന്ന പല യൂറോപ്യൻ വിപ്ലവകാരികളും ഉണ്ടായിരുന്ന കമ്യൂണിസ്റ്റ് ലീഗ് അംഗീകരിച്ചു എന്നതിന്റെ തെളിവാണ് ഈ പ്രകടനപത്രിക തയാറാക്കാൻ അവരെ ഭാരമേൽപ്പിച്ചത്. പിൽക്കാലത്ത് ലോക തൊഴിലാളിവർഗ വിപ്ലവപ്രസ്ഥാനത്തിന്റെ അടിസ്ഥാന സൈദ്ധാന്തിക രേഖയും പ്രവർത്തനപരിപാടിയുമായി മാറിയ ഈ കൃതി 1848 ഫെബ്രുവരിയിൽ പ്രസിദ്ധീകരിക്കപ്പെടുന്നതിനു മുമ്പുതന്നെ യൂറോപ്പ് മറ്റൊരു വ്യാപകമായ ബൂർഷ്വാ ജനാധിപത്യവിപ്ലവത്തിന്റെ അഗ്നിജ്വാലകളിലേക്ക് വലിച്ചെറിയപ്പെട്ടു. കമ്യൂണിസ്റ്റ് ലീഗിലെ നേതാക്കൾ അറസ്റ്റുചെയ്യപ്പെട്ടു. മാർക്സ് ബൽജിയത്തിൽനിന്നും ബഹിഷ്കൃതനായി. വീണ്ടും പാരീസിലെത്തിയ മാർക്സ് അവിടെയും വിപ്ലവം പൊട്ടിപ്പുറപ്പെട്ടതോടെ അവിടെനിന്നും നാടുകടത്തപ്പെട്ടു. അവിടന്ന് അദ്ദേഹം ജർമനിയിലെ കൊളോണിലെത്തി. അവിടെയും വിപ്ലവത്തിന്റെ കേളികൊട്ട് ആരംഭിച്ചിരുന്നു. വിപ്ലവത്തിന് വീറും ലക്ഷ്യബോധവും നൽകാനായി കൊളോണിൽനിന്ന്

മാർക്സ് തന്റെ ആദ്യത്തെ പത്രത്തിന്റെ ഓർമ പുതുക്കിക്കൊണ്ട് നോയേ *റൈനിഷ് ത് സൈത്തൂങ്* എന്ന ഒരു പുതിയ പത്രം ആരംഭിച്ചു. പത്രം നടത്തുന്നതിന് പുറമെ മാർക്സും എംഗൽസും നേരിട്ട് പ്രകടനങ്ങളിലും സമ്മേളനങ്ങളിലും കൂടിയാലോചനകളിലും പങ്കെടുത്തു. പലപ്പോഴും അവർക്ക് ഒളിവിൽ കഴിയേണ്ടിവന്നു. മാർക്സ് അറസ്റ്റുചെയ്യപ്പെട്ടു. കേസിൽ ശിക്ഷ കൂടാതെ വിട്ടുവെങ്കിലും വിജയംവരിച്ച പ്രതിവിപ്ലവകാരികൾ ജർമനിയിൽനിന്ന് അദ്ദേഹത്തെ നാടുകടത്തി. എന്നാൽ 1849 ജൂൺ 13-ാം തീയതി പിന്തിരിപ്പൻ ഭരണാധികാരികൾക്കെതിരായി പാരീസിനെ പ്രകമ്പനം കൊള്ളിച്ചുകൊണ്ടു നടന്ന പ്രകടനത്തെയും സംഘട്ടനത്തെയും തുടർന്ന് മാർക്സ് അവിടെനിന്നും ബഹിഷ്കരിക്കപ്പെട്ടു. ആഗസ്റ്റ് 24-ാം തിയതി മാർക്സ് പാരീസ് വിട്ട് ലണ്ടനിലേക്ക് കടന്നു. സെപ്തംബർ 17-ാം തിയതി ഗർഭിണിയും രോഗിണിയുമായ ജെന്നിയും കുട്ടികളും നവംബർ 10-ാം തിയതി എംഗൽസും ലണ്ടനിൽ എത്തി. മാർക്സ് പിൽക്കാലജീവിതം മുഴുവനും അവിടെ കഴിച്ചുകൂട്ടി. അദ്ദേഹത്തിന്റെയും എംഗൽസിന്റെയും ജീവിതത്തിൽ മറ്റൊരു ഘട്ടം ആരംഭിക്കുകയായി.

4

മൂലധനത്തിലേക്ക്

ഈ രണ്ടു മഹത്തായ കണ്ടുപിടുത്തങ്ങൾക്കും - ചരിത്രത്തെ ഭൗതികവാദപരമായി വ്യാഖ്യാനിച്ചതിനും മിച്ച മൂല്യം കണ്ടുപിടിച്ചുകൊണ്ട് മുതലാളിത്ത ഉൽപ്പാദനത്തിന്റെ രഹസ്യം വെളിപ്പെടുത്തിയതിനും നാം മാർക്സിനോട് കടപ്പെട്ടിരിക്കുന്നു. ഈ കണ്ടുപിടുത്തങ്ങളോടുകൂടി സോഷ്യലിസം ഒരു ശാസ്ത്രമായിത്തീർന്നു.

-ഫ്രഡറിക് എംഗൽസ്

നേരത്തേ പരാമർശിച്ചപോലെ മാർക്സിന്റെയും കുടുംബത്തിന്റെയും ജീവിതത്തിലെ ഈ പുതിയ ഘട്ടം വിവരണാതീതമായ ദുരിതാനുഭവങ്ങളുടേതായിരുന്നു. അവയുടെ ചില വശങ്ങൾ നമുക്ക് അടുത്ത അധ്യായത്തിൽ പരിഗണിക്കാം. ഈ അധ്യായത്തിൽ *മൂലധന*ത്തിന്റെ രചനയുടെ പുരോഗതിയും പൂർത്തീകരണവും നമുക്ക് പരിശോധിക്കാം.

മൂലധനം ഒന്നാംവാല്യം 1867-ലും രണ്ടാംവാല്യം മാർക്സിന്റെ മരണശേഷം എംഗൽസിന്റെ പ്രസാധകത്വത്തിൽ 1885-ലും മൂന്നാം വാല്യം 1894-ലും നാലാം വാല്യമായ *മിച്ചമൂല്യസിദ്ധാന്തങ്ങൾ* എംഗൽസിന്റെ മരണശേഷം കൗത്സ്കിയുടെ കാർമികത്വത്തിൽ 1905-ലും ആണ് പ്രസിദ്ധീകരിച്ചതെങ്കിലും അവയുടെ രചന നടന്നത് നേർവിപരീതമായ ക്രമത്തിലാണ്. അതേക്കുറിച്ച് വിവരിക്കുന്നതിനുമുമ്പ് സാമ്പത്തികേതര വിഷയങ്ങളെക്കുറിച്ച് മാർക്സ് ഇക്കാലത്ത് പ്രസിദ്ധീകരിച്ച വളരെ പ്രധാനപ്പെട്ട രണ്ടു കൃതികളെക്കുറിച്ച് പരാമർശിക്കേണ്ടതായിട്ടുണ്ട്. അവ ഫ്രാൻസിലെ *വർഗസമരങ്ങളും* (1850), *ലൂയി ബോണപ്പാർട്ടിന്റെ ബ്രൂമർ*

18-ഉം (1852) ആണ്. ഇതിൽ ആദ്യത്തെ കൃതി 1848-ലെ ബൂർഷ്വാ വിപ്ലവത്തെക്കുറിച്ചുള്ള അതിപ്രഗൽഭമായ പഠനവും രണ്ടാമത്തേത് ഫ്രാൻസിൽ പഴയ നെപ്പോളിയൻ ബോണപ്പാർട്ടിന്റെ അനന്തരവൻ ലൂയി അട്ടിമറിയിലൂടെ അധികാരം പിടിച്ചെടുത്ത് രാജ്യാധികാരം പുനഃസ്ഥാപിച്ചതിനെ കുറിച്ചുള്ള ഗംഭീരമായ ഒരു വിശകലനവുമാണ്. ഒരു പത്രപ്രവർത്തകനെപ്പോലെ ദൃക്സാക്ഷിയായി കാര്യങ്ങൾ നോക്കിക്കാണുകയും വിപ്ലവകാരിയെന്ന നിലയിൽ സംഭവങ്ങളിൽ നേരിട്ട് ഇടപെടുകയും ചെയ്ത മാർക്സ് ആ സംഭവങ്ങളുടെ പൊടിയും പുകയും അടങ്ങുന്നതിനുമുമ്പുതന്നെ എഴുതി പ്രസിദ്ധീകരിച്ച ഈ കൃതികളുടെ കാലഹരണം വരാത്ത സാധുത ആരേയും വിസ്മയിപ്പിക്കാതിരിക്കില്ല.

സാമ്പത്തികസിദ്ധാന്തങ്ങളെ സംബന്ധിച്ചിടത്തോളം *ദാരിദ്ര്യത്തിന്റെ തത്വശാസ്ത്രത്തിലും* (1847), *കൂലിവേലയും മൂലധനവും* (1849) എന്ന തൊഴിലാളികൾക്കുവേണ്ടി ചെയ്ത അധ്യാപന പ്രഭാഷണത്തിലും ബീജരൂപത്തിൽ മാർക്സ് ആവിഷ്കരിച്ച കാഴ്ചപ്പാട് സമഗ്രമായ ഒരു സിദ്ധാന്തമായി ആവിഷ്കരിക്കാനുള്ള കഠിനാധ്വാനത്തിലേക്കാണ് ലണ്ടനിൽ എത്തിച്ചേർന്ന മാർക്സ് ഉദ്യുക്തനായത്. 1848-ലെ വിപ്ലവത്തിന്റെ പരാജയവും പ്രതിവിപ്ലവത്തിന്റെ ആർഭാടസമന്വിതമായ കടന്നുകയറ്റവും ജനകീയപ്രസ്ഥാനങ്ങളെ താൽക്കാലികമായി തളർത്തിക്കളഞ്ഞത് ഈ പ്രശ്നത്തെ സംബന്ധിച്ചിടത്തോളം മാർക്സിന് 'ഉർവശീശാപം ഉപകാരം' എന്നപോലെയായി. അന്നും ഇന്നും ലോകത്തിലെ ഏറ്റവും വലിയ ഗ്രന്ഥശേഖരങ്ങളിൽ ഒന്നായ ബ്രിട്ടീഷ് മ്യൂസിയത്തിൽ അംഗത്വം നേടി അവിടെ അദ്ദേഹം തന്റെ പഠന-ഗവേഷണങ്ങൾ ആരംഭിച്ചു. ഇരവുപകൽഭേദമില്ലാതെ പുസ്തകങ്ങളും അന്വേഷണറിപ്പോർട്ടുകളും പാർലമെന്റ് നടപടികളും എല്ലാം വായിച്ച് ആയിരക്കണക്കിന് പുറങ്ങൾ വരുന്ന കുറിപ്പുകൾ തയാറാക്കി. എന്നിട്ട് അവയെ സമാഹരിച്ചും ഉദ്ഗ്രഥിച്ചും ഗ്രന്ഥരൂപത്തിലാക്കാനുള്ള പരിശ്രമമായി. എത്ര തിരുത്തിയെഴുതിയാലും ഭംഗിയും പൂർണതയും പോരാ പോരാ എന്ന തോന്നൽ. മാർക്സ് തന്നെ സ്വയംവിമർശന രീതിയിൽ ഒരു സുഹൃത്തിന് എഴുതുകയുണ്ടായി. "ഞാൻ എന്ത് എങ്ങനെ എഴുതിയാലും നാലാഴ്ച കഴിഞ്ഞ് വായിച്ചുനോക്കുമ്പോൾ അവ തിരുത്തണം എന്നു തോന്നും." മറ്റുള്ളവരുടെ കൃതികളെ വിമർശിക്കാൻ കർശനമായ മാനദണ്ഡങ്ങൾ ഉപയോഗിക്കാൻ മടിക്കാത്ത മാർക്സ് സ്വന്തം കൃതികളോടും ഒരിക്കലും ദാക്ഷിണ്യം കാട്ടിയിട്ടില്ല. അതുകൊണ്ടാണ് നേരിട്ടു പ്രസിദ്ധീകരിച്ചതിനെക്കാൾ എത്രയോ കൂടുതൽ കൃതികളും പ്രബന്ധങ്ങളും കുറിപ്പുകളും പ്രസിദ്ധീകരിക്കാതെ അദ്ദേഹം അവശേഷിപ്പിച്ചത്. മാർക്സിന്റെ മരണശേഷം ശിഷ്യന്മാരും ഗവേഷകന്മാരും അവ പലതും പരതി പുറത്തുകൊണ്ടുവന്നപ്പോഴാണ് മാർക്സ് എന്ന മനുഷ്യന്റെ അവിശ്വസനീയമായ പാണ്ഡിത്യവും പഠനവ്യാപ്തിയും അമാനുഷമെന്നുപോലും വിശേഷിപ്പിക്കാവുന്ന അധ്വാനശീലവും ലോകർ അറിഞ്ഞത്.

അങ്ങനെ ഈ അടുത്ത കാലത്തുമാത്രം പ്രസിദ്ധീകരിക്കപ്പെട്ട മാർക്സിന്റെ ഒരു ബൃഹദ്ഗ്രന്ഥമാണ് *ഗ്രൂൺഡ്രീസ്* (Grundrisse). ഈ ജർമൻവാക്കിന്റെ അർഥം ഫൗണ്ടേഷൻസ് അഥവാ അടിസ്ഥാനങ്ങൾ എന്നാണ്. ഇതിന്റെ പൂർണമായ പേര് *അർഥശാസ്ത്ര വിമർശനത്തിന്റെ അടിസ്ഥാനങ്ങൾ* എന്നാണ്. പിന്നീട് മൂലധനമായി രൂപാന്തരം വന്ന പഠനങ്ങളുടെ ആദ്യരൂപമാണ് 3000-ൽപ്പരം കൈയെഴുത്തുപുറങ്ങൾ വരുന്നതും 1857-58 ൽ പൂർത്തിയാക്കിയതുമായ ഈ പഠനഭണ്ഡാഗാരം (ഈ കൃതി മാർട്ടിൻ നിക്കളോസ് ഇംഗ്ലീഷിലേക്ക് വിവർത്തനം ചെയ്ത് പെൻഗ്വിൻകാർ പ്രസിദ്ധീകരിച്ചിട്ടുണ്ട്).

ഈ കടലാസുകൂമ്പാരം എത്ര ചെത്തിമിനുക്കി തുന്നിച്ചേർത്താലും പ്രസിദ്ധീകരിക്കാൻ പറ്റുന്നതല്ലെന്ന് മാർക്സിന് തോന്നി. വീണ്ടും തിരുത്തിയെഴുതി ചിട്ടപ്പെടുത്താനുള്ള ശ്രമമായി. ഒടുവിൽ അദ്ദേഹം ആറു വാല്യങ്ങളിലായി തന്റെ സാമ്പത്തികപഠനങ്ങൾ പ്രസിദ്ധീകരിക്കാനും തീരുമാനിച്ചു. അവയ്ക്കെല്ലാംകൂടിയുള്ള പേര് *അർഥശാസ്ത്ര* വിമർശനത്തെക്കുറിച്ച് എന്നായിരിക്കണമെന്നും നിശ്ചയിച്ചു. നിർദിഷ്ടമായ ആറു ഭാഗങ്ങൾ താഴെ ചേർക്കുന്നു.

1. മൂലധനത്തെപ്പറ്റി, 2. ഭൂസ്വത്തിനെപ്പറ്റി, 3. കൂലിവേലയെപ്പറ്റി, 4. ഭരണകൂടത്തെപ്പററി, 5. സാർവദേശീയ വ്യാപാരത്തെപ്പറ്റി, 6. ലോക വിപണിയെപ്പറ്റി.

ഇതിനുപുറമെ അർഥശാസ്ത്രത്തിന്റെ ചരിത്രത്തെക്കുറിച്ചും സാമ്പത്തികസംവർഗങ്ങളുടെയും ബന്ധങ്ങളുടെയും വികാസചരിത്രത്തെക്കുറിച്ചും വേറെ രണ്ടു പുസ്തകങ്ങൾകൂടി എഴുതാൻ അദ്ദേഹം പരിപാടിയിട്ടു.

ഈ പദ്ധതിയിലെ ആദ്യത്തെ കൃതിയെന്ന നിലയിലാണ് ഒന്നാം അധ്യായത്തിൽ നാം വിസ്തരിച്ച് ഉപന്യസിച്ച *അർഥശാസ്ത്ര വിമർശനത്തിനൊരു സംഭാവന* എന്ന കൃതി ഡാർവിന്റെ *സ്പീഷീസുകളുടെ ഉദ്ഭവം* എന്ന പ്രസിദ്ധ പുസ്തകം വന്ന 1859-ൽ പ്രസിദ്ധീകരിച്ചത്. അതിന്റെ ആമുഖത്തിൽ ചരിത്രപരമായ ഭൗതികവാദത്തിന്റെ പൊതുരൂപം ഇദംപ്രഥമമായി നൽകിയിരുന്നത് നാം ഒന്നാം അധ്യായത്തിൽ ഉദ്ധരിച്ചിരുന്നുവല്ലോ. ഇതിനു പുറമേ പുസ്തകത്തിന്റെ മുഖ്യഭാഗത്തേക്ക് പ്രവേശിക്കുമ്പോൾ നാം കാണുന്നത് മാർക്സ് തന്റെ സാമ്പത്തികസിദ്ധാന്തത്തിന്റെ മുഖ്യവശം ഇതിൽ അനാവരണം ചെയ്യുന്നതാണ്. ചരക്കുകളുടെ ദ്വിമുഖസ്വഭാവമാണത്. ചരക്കിൽ അന്തർലീനമായിരിക്കുന്ന പ്രയോജന മൂല്യവും വിനിമയമൂല്യവും തമ്മിലുള്ള വൈരുധ്യം മുൻപെന്നത്തേക്കാളും ഇതിൽ ആവിഷ്കരിക്കുന്നു. ഒരു വസ്ത്രത്തിന്റെ പ്രയോജന മൂല്യം അതിന്റെ ധരിക്കപ്പെടാനുള്ള കഴിവും അത് ധരിക്കുന്നതുകൊണ്ട് ധരിക്കുന്നവന് ലഭിക്കുന്ന ഗുണവുമാണ്. എന്നാൽ വിനിമയമൂല്യമാകട്ടെ ആ വസ്ത്രം വിറ്റാൽ കിട്ടുന്ന വില അല്ലെങ്കിൽ പ്രതിഫലം. ചരക്കും പണവും തമ്മിലുള്ള ബന്ധം വിശകലനം ചെയ്ത ശേഷം മാർക്സ് ഈ

രണ്ട് മൂല്യങ്ങൾ തമ്മിലുള്ള വൈരുധ്യം വികസിച്ച് പ്രകടമാകുന്ന പ്രക്രിയ വിവരിച്ചു. മനുഷ്യന്റെ അല്ലെങ്കിൽ മറ്റേതെങ്കിലും ജന്തുവിന്റെ സെൽ അല്ലെങ്കിൽ കോശം പോലെയാണ് ബൂർഷ്വാവ്യവസ്ഥയിലെ ചരക്ക്. ജീവനുള്ള ഒരു ശരീരത്തിന്റെ സകലസ്വഭാവങ്ങളും വൈരുധ്യങ്ങളും ഒരു കോശത്തിൽ പ്രകടമാകുന്നതുപോലെ, ബൂർഷ്വാസമൂഹത്തിന്റെ വൈരുധ്യങ്ങളെല്ലാം ഒരു ബിന്ദുവിൽ കേന്ദ്രീകരിച്ചാൽ എന്ന പോലെ ചരക്കിൽ പ്രകടമാകുന്നു. വർഗവ്യത്യാസങ്ങളില്ലാത്ത ആദിമ സമൂഹം തൊട്ട് സാമൂഹ്യ പരിവർത്തനത്തിന്റെ വിവിധഘട്ടങ്ങളിൽ ചരക്കിനുവന്ന മാറ്റങ്ങൾ മാർക്സ് വിശകലനം ചെയ്യുന്നു. ഏതെങ്കിലും ഒരു ഉൽപ്പന്നം ഉൽപ്പാദകന്റെ നേരിട്ടുള്ള ഉപഭോഗത്തിനല്ലാതെ-അതായത് വിൽപ്പനക്കോ വിനിമയത്തിനോ ആയി - ഉൽപാദിപ്പിക്കുമ്പോഴാണ് അത് അർഥശാസ്ത്രത്തിൽ ചരക്കുകളായി പരിഗണിക്കപ്പെടുന്നത്.

എന്നാൽ മേൽവിവരിച്ച ആറുവാല്യപദ്ധതി പതിവുപോലെ വീണ്ടും മാർക്സ് മാറ്റിമറിച്ചു. അങ്ങനെയാണ് അദ്ദേഹം മൂലധനം എന്ന പേരിൽ മൂന്നോ നാലോ വാല്യമായി തന്റെ കൃതി പുനഃസംവിധാനം ചെയ്യാൻ തീരുമാനിച്ചത്. അതിൽ ഒന്നാം വാല്യത്തിന് മുതലാളിത്തോൽപ്പാദനത്തിന്റെ വിമർശനാത്മക വിശകലനം എന്നും രണ്ടുമൂന്നും വാല്യങ്ങൾക്ക് *അർഥശാസ്ത്രത്തിന്റെ സൂക്ഷ്മനിരീക്ഷണം* എന്നും നാലാം വാല്യത്തിന് *മിച്ചമൂല്യസിദ്ധാന്തങ്ങൾ* എന്നും അവയുടെ ഉള്ളടക്കത്തെ മുൻനിർത്തി ഉപതലക്കെട്ടുകൾ കൊടുക്കാൻ നിശ്ചയിച്ചു. നാലാമത്തെ വാല്യത്തെ സംബന്ധിച്ചിടത്തോളം ഉപതലക്കെട്ടുതന്നെ മുഖ്യതലക്കെട്ടായി. അതേക്കുറിച്ച് മാർക്സ് നടത്തിയ ചില പരാമർശങ്ങൾ കണക്കിലെടുത്ത് എംഗൽസിന്റെ ഇംഗിതംകൂടി മനസിലാക്കി എഡിറ്റർ കാൾ കൗത്സ്കി വരുത്തിയതായിരിക്കാം ഈ മാറ്റം.

എന്നാൽ 6-ാം അധ്യായത്തിൽ നാം വിവരിക്കാൻ പോകുന്ന ശാരീരികവും കുടുംബപരവുമായ ദുർഘടപ്രശ്നങ്ങളെക്കാൾ ഗുരുതരമായ മറ്റൊരു ശല്യം *മൂലധന* പ്രവർത്തനത്തിന് തടസ്സം സൃഷ്ടിച്ചു. 1848-ലെ വിപ്ലവത്തിൽ പങ്കെടുത്ത് കാൾ വോഗ്ട്ട് എന്ന ഒരു ഇടത്തരക്കാരൻ ബുദ്ധിജീവിജനശ്രദ്ധയെ പിടിച്ചുപറ്റാനാകാം മാർക്സിനും അദ്ദേഹത്തിന്റെ പ്രസ്ഥാനത്തിനുമെതിരെ അപവാദജടിലമായ ഒരു കടന്നാക്രമണം നടത്തിയത്. അൽപ്പനായ ഈ ജർമൻ ഭാഗ്യാന്വേഷിയെ അവഗണിക്കണമെന്ന് ജർമൻ സോഷ്യൽ ഡമോക്രാറ്റിക് നേതാവ് ഫർഡിനാൻസ് ലാസാൽ ഉൾപ്പെടെ ചില സുഹൃത്തുക്കൾ ഉപദേശിച്ചെങ്കിലും മാർക്സ് ആരോപണം അത്ര നിസാരമായി അവഗണിക്കാൻ തയാറായില്ല. വോഗ്ട്ട് നിസാരനായിരിക്കാമെങ്കിലും അയാളുടെ കടന്നാക്രമ സന്ദർഭം ശ്രദ്ധിക്കേണ്ടതുണ്ട് എന്ന് അദ്ദേഹം വാദിച്ചു. 1848-ലെ പ്രതിവിപ്ലവവിജയത്തിനുശേഷം മന്ദതയിലായിരുന്ന വിപ്ലവപ്രസ്ഥാനം, 1857-58 ലെ ലോക മുതലാളിത്ത പ്രതിസന്ധിയോടെ വീണ്ടും ഉണർന്നെഴുന്നേൽക്കുകയായിരുന്നു. ജർമനിയിലുൾപ്പെടെ പല രാഷ്ട്രങ്ങളിലും ട്രേഡ് യൂണിയനു

കൾ തലയുയർത്തിത്തുടങ്ങി. ഈ സന്ദർഭത്തിൽ മാർക്സ് 'ബ്ലോക്ക് മെയിലറാ'ണെന്നും ട്രേഡ് യൂണിയൻ നേതാക്കൾ ഉദരംഭരികളാണെന്നും മറ്റുമുള്ള അപവാദപ്രചാരണങ്ങൾ വെറും നിരുപദ്രവമായി തള്ളിക്കൂടാ. വോഗ്ട്ടിന് മറുപടിനൽകാനും അയാൾക്കെതിരെ വ്യാപകമായ കാമ്പ യിൻ നടത്താനുമുള്ള ശ്രമത്തിൽ മാർക്സിന് ഒരു വർഷത്തിലെറെക്കാലം നഷ്ടപ്പെട്ടു. മാർഡക്സിന്റെ ഏതാനും പ്രത്യാഖ്യാനങ്ങൾ സമാഹരിച്ച് *ഹെർവോഗ്ട്* (1860) എന്നൊരു പുസ്തകം പ്രസിദ്ധീകരിക്കപ്പെട്ടു.

കാൾ വോഗ്ട്ടിനെ ഒരുവിധം ഒതുക്കിയശേഷം *മൂലധന*ത്തിന്റെ പൂർത്തീകരണത്തിലേക്ക് പതിൻമടങ്ങ് ഊർജസ്വലതയോടെ മാർക്സ് പ്രവേശിച്ചു. ഊർജസ്വലതയ്ക്ക് പ്രേരകമായി ചില സാഹചര്യങ്ങളും നിലവിൽ വന്നു. നേരത്തെ പ്രസ്താവിച്ചതുപോലെ ട്രേഡ് യൂണിയൻ പ്രസ്ഥാനം ഒരു പുതുവസന്തത്തിന്റെ ലക്ഷണങ്ങൾ കാട്ടിത്തുടങ്ങി. അത് സംബന്ധിച്ച പ്രവർത്തനങ്ങൾക്കും എഴുത്തുകുത്തുകൾക്കും കൂടുതൽ സമയം ചെലവഴിക്കേണ്ടിവന്നുവെങ്കിലും അത് ഉന്മേഷദായകമായ ഒര നുഭവമായിരുന്നു മാർക്സിന്. 1861-ൽ അദ്ദേഹം ജർമനിയിൽ പോയി ഫെർഡിനാൻഡ് ലാസാർ തുടങ്ങിയ സുഹൃത്തുക്കളെയും അമ്മയെയും സന്ദർശിച്ച് മടങ്ങിവന്നു. മാഞ്ചസ്റ്ററിൽ പോയി എംഗൽസിനെ കണ്ടു. അറ്റ്ലാന്റിക് സമുദ്രത്തിന്റെ അപ്പുറത്തും ഇപ്പുറത്തുമുള്ള ചില പത്ര ങ്ങൾക്ക് കൂടെക്കൂടെ ലേഖനമെഴുതി. തന്റെ പഴയ പൊതുപ്രവർത്തന ബന്ധങ്ങൾ പുനഃസ്ഥാപിച്ച് യൂറോപ്യൻ പ്രസ്ഥാനത്തിൽ കുറേക്കൂടി സജീവമായി മുഴുകാൻവേണ്ടി ജർമൻപൗരത്വത്തിനുവേണ്ടി അപേക്ഷി ച്ചെങ്കിലും പ്രഷ്യൻസർക്കാർ അത് നിഷേധിച്ചു. 1863-ൽ അമ്മയുടെ മരണം പ്രമാണിച്ച് വീണ്ടും മാർക്സ് ജർമനി സന്ദർശിച്ചു. മാർക്സിന്റെയും ലോകതൊഴിലാളിവർഗ പ്രസ്ഥാനത്തിന്റെയും ചരിത്ര ത്തിൽ ഒന്നാം ഇന്റർനാഷണലിന്റെ (ഇന്റർനാഷണൽ വർക്കിംഗ് മെൻസ് അസോസിയേഷൻ) സ്ഥാപനംമൂലം 1864 ശ്രദ്ധേയമായി. 1864 സെപ്തം ബർ 28-ാം തിയതി ലണ്ടനിലെ സെന്റ് മാർടിൻസ് ഹാളിൽ ചേർന്ന സ്ഥാപനസമ്മേളനത്തിൽ ഒന്നാം ഇന്റർനാഷണലിന്റെ താൽക്കാലിക പ്രവർത്തനസമിതിയിലേക്ക് മാർക്സ് തെരഞ്ഞെടുക്കപ്പെട്ടു. ഇന്റർനാ ഷണലിന്റെ ഉദ്ഘാടനപ്രഭാഷണവും കരട് നിയമാവലിയും മാർക്സി നെക്കൊണ്ട് എഴുതിച്ച് താൽക്കാലികസമിതി അംഗീകരിച്ചതിൽനിന്ന് ആ സംഘടനയുടെ യഥാർഥ നേതൃത്വം ആർക്കായിരുന്നു എന്ന് വ്യക്തമായി.

ഇങ്ങനെ വീണ്ടും തിരക്കേറിയ പൊതുപ്രവർത്തനങ്ങൾക്കിടയി ലാണ് മാർക്സിന് തന്റെ കൃതികളിൽ ഏറ്റവും പ്രധാനപ്പെട്ടതായി അദ്ദേഹം കരുതിയ *മൂലധന* വാല്യങ്ങളുടെ പ്രവർത്തനം പൂർത്തീകരി ക്കേണ്ടിവന്നത്. കൈയും മെയ്യും മറന്ന് ചില നിരീക്ഷകരുടെ അഭിപ്രാ യത്തിൽ 'ഭൂതബാധിതനെപ്പോലെ' മാർക്സ് ബ്രിട്ടീഷ് മ്യൂസിയത്തിലും രാത്രി വെളുപ്പാൻകാലംവരെ വീട്ടിലും എഴുത്തും പഠനവും തുടർന്നു. അങ്ങനെ 1862-ൽ നാലാം വാല്യമായി *മിച്ചമൂല്യ സിദ്ധാന്തങ്ങളു*ടെയും

1865-ൽ മൂന്നാം വാല്യത്തിന്റെയും കരടുകൾക്ക് രൂപം നൽകി. പിന്നീട് അദ്ദേഹം 1867-ൽ ഒന്നാം വാല്യം പൂർത്തിയാക്കി മിനുക്കുപണികൾക്കു ശേഷം ഹാംബർഗിലെ മെയ്സ്നർ എന്ന പ്രസാധകന് അയച്ചുകൊടുത്തു. സെപ്തംബർ 14-ാം തിയതി അത് പ്രസിദ്ധീകരിക്കപ്പെട്ടു.

രണ്ടാംവാല്യത്തിന്റെ പണിയാണ് കുറെ വൈകിപ്പോയത്. കുറെ ഉദ്ധരണികളും കുറിപ്പുകളുമൊക്കെ അതിനായി കാലേക്കൂട്ടി ഒരുക്കിവച്ചിരുന്നുവെങ്കിലും 1869 മുതൽക്കു മാത്രമേ അത് ചിട്ടയായി എഴുതിത്തുടങ്ങാൻ കഴിഞ്ഞുള്ളു. എന്നിട്ടും കരട് പൂർത്തിയാകാൻ പത്തുവർഷം വേണ്ടിവന്നു. 1879-ൽ അവസാനരൂപം നൽകിയവിധത്തിലാണ് എംഗൽസ് അതിന്റെ കരട് കൈയെഴുത്തുപ്രതി കണ്ടെത്തിയത്. ഒന്നാം വാല്യത്തിന്റെ അവസാനത്തെ പ്രൂഫ് നോക്കിത്തീർന്നശേഷം ഒരു അർധരാത്രി കഴിഞ്ഞ് തന്റെ ചങ്ങാതിക്ക് ആശ്വാസത്തോടെയും അഭിമാനത്തോടെയും കൃതജ്ഞത പറഞ്ഞുകൊണ്ട് മാർക്സ് എഴുതിയ കത്ത് മൂന്നാം അധ്യായത്തിൽ ചേർത്തത് കണ്ടുവല്ലോ.

ഒന്നാം വാല്യം അച്ചടിക്കാൻ അയക്കുന്ന സമയം മറ്റൊരു ആത്മമിത്രത്തെക്കൂടി മാർക്സ് സ്മരിച്ചു - വിൽഹെം വോൾഫ് (1809-64). 'തൊഴിലാളിവർഗത്തിന്റെ നിർഭയനും വിശ്വസ്തനും ശ്രേഷ്ഠനുമായ മുന്നണിപ്പടയാളിയും എന്റെ അവിസ്മരണീയ സുഹൃത്തുമായ വിൽഹെം വോൾഫി'ന് ആണ് ഈ പ്രഥമ വാല്യം മാർക്സ് സമർപ്പിച്ചത്.

ജർമനിയിലെ ആദ്യത്തെ തലമുറയിൽപ്പെട്ട കമ്യൂണിസ്റ്റ് പ്രക്ഷോഭകനും പത്രപ്രവർത്തകനുമായിരുന്ന വോൾഫ് പ്രഷ്യൻ സ്വേച്ഛാധിപത്യത്തിനെതിരെ ധീരോദാത്തമായി പോരാടി. 1846-ൽ ബ്രസൽസിൽവച്ച് മാർക്സിനെയും എംഗൽസിനെയും ആദ്യമായി കണ്ടുമുട്ടിയ ഈ തലമുതിർന്ന കമ്യൂണിസ്റ്റ് പോരാളി മരണപര്യന്തം അവരുടെ വിശ്വസ്ത സഹപ്രവർത്തകനായിരുന്നു. മാർക്സിനെയും എംഗൽസിനെയുംപോലെ ഭരണാധികാരികളാൽ വേട്ടയാടപ്പെട്ട വോൾഫ് പല യൂറോപ്യൻരാഷ്ട്രങ്ങളിലും ഒളിവിലും തെളിവിലും ചുറ്റിസഞ്ചരിച്ച് അവസാനം 1853-ൽ ഇംഗ്ലണ്ടിലെ മാഞ്ചസ്റ്ററിൽ സ്ഥിരതാമസമാക്കി. മാർക്സിനോടും എംഗൽസിനോടുമൊപ്പം *നേയോ റൈനഷ് ത് സൈത്തുങ്ങിന്റെ* പത്രാധിപസമിതിയിലും വോൾഫ് പ്രവർത്തിച്ചിരുന്നു. താൻ വളരെയേറെ പ്രതീക്ഷയോടുകൂടി ഉറ്റുനോക്കിക്കൊണ്ടിരുന്ന ഒന്നാം ഇന്റർനാഷണൽ സ്ഥാപനസമ്മേളനത്തിൽ പങ്കെടുക്കാനോ *മൂലധന*ത്തിന്റെ പ്രസിദ്ധീകരണത്തിന് സാക്ഷ്യംവഹിക്കാനോ അദ്ദേഹത്തിന് കഴിഞ്ഞില്ല. 1864 മേയ് 9-ാം തിയതി അദ്ദേഹം അന്തരിച്ചു. വോൾഫിന്റെ മരണപത്രത്തിൽ തന്റെ ആരാധനാപാത്രവും ദരിദ്രനും ആയ മാർക്സിന് കുറെ പണം നൽകാൻ വ്യവസ്ഥ ചെയ്തിരുന്നു. ആ ഘട്ടത്തിൽ വലിയൊരാശ്വാസമായിരുന്നു മാർക്സിന് ഈ ചെറിയ സംഭാവന.

തുടർച്ചയായ ഉറക്കമിളപ്പ്, വേദനാജനകമായ പ്രമേഹക്കുരു, നിരന്തരം വർധിച്ചുകൊണ്ടിരിക്കുന്ന കടബാധ്യത എന്നിവയുടെ മധ്യത്തിലും

തന്റെ കൃതിയുടെ യുക്തിഭദ്രതക്കോ ശിൽപ്പഭംഗിക്കോ അൽപ്പംപോലും ഊനംതട്ടരുത് എന്ന വാശിയോടെ തിരുത്തലുകൾ നടത്തിയും വീണ്ടും പകർത്തിയെഴുതിയും 1867 ഏപ്രിൽ 10-ാം തിയതി കൈയെഴുത്തുപ്രതിയുമായി പ്രസാധകരെ കാണാൻ മാർക്സ് ഹാംബർഗിലേക്ക് തിരിച്ചു. തന്റെ കൈവശമിരിക്കുന്ന അന്തിമരൂപം നൽകിയ കൈയെഴുത്തുപ്രതിയെക്കുറിച്ച് മാർക്സ് ഒരു കത്തിൽ ഇപ്രകാരം എഴുതി.

ഈ കൃതിയുടെ പൂർത്തീകരണത്തിനുവേണ്ടി ഞാൻ എന്റെ ആരോഗ്യത്തെയും സൗഖ്യത്തെയും കുടുംബത്തെയും ബലി കഴിച്ചു.... പ്രായോഗികമതികൾ എന്ന് പറയപ്പെടുന്നവരെയും അവരുടെ വിവേകത്തെയും ഓർക്കുമ്പോൾ എനിക്ക് ചിരിയാണ് വരുന്നത്. ഒരു കാളയോ മറ്റോ ആയി മാറാൻ കഴിയുമെങ്കിൽ ആർക്കും മാനവദുരിതത്തിനുനേരെ പുറംതിരിക്കാനും സ്വന്തം തൊലി രക്ഷിക്കുന്നതിൽ മാത്രം ശ്രദ്ധിക്കാനും കഴിഞ്ഞേനെ. എന്നാൽ എന്റെ പുസ്തകം പൂർത്തിയാകുന്നതിനുമുമ്പ് അല്ലെങ്കിൽ ചുരുങ്ങിയപക്ഷം അതിന്റെ കൈയെഴുത്തുപ്രതിക്ക് അന്തിമരൂപം നൽകുന്നതിനുമുമ്പ് ഞാൻ മുട്ടുകുത്തിപ്പോയിരുന്നുവെങ്കിൽ (പ്രാരാബ്ധങ്ങളുടെയും പരാധീനതകളുടെയും മുമ്പിൽ) യഥാർഥത്തിൽ ഞാൻ ഒരു 'അപ്രായോഗികമതി'യായിപ്പോയേനെ എന്നാണ് എന്റെ വിചാരം.

5

മൂലധന സംക്ഷേപം

"തൊഴിലാളിവർഗത്തിന്റെ ബൈബിൾ" എന്ന പേരിലാണ് യൂറോപ്പിൽ മൂലധനത്തെ പലപ്പോഴും വിളിക്കുന്നത്. ജർമനിയിലും സ്വിറ്റ്സർലണ്ടിലും മാത്രമല്ല ഫ്രാൻസിലും പോളണ്ടിലും ബൽജിയത്തിലും അമേരിക്കയിലും കൂടാതെ, ഇറ്റലി, സ്പെയിൻ എന്നീ രാജ്യങ്ങളിൽപോലും മഹത്തായ തൊഴിലാളിവർഗപ്രസ്ഥാനത്തിന്റെ അടിസ്ഥാനതത്വങ്ങൾ എന്ന സ്ഥാനത്തേക്ക് ഈ ഗ്രന്ഥത്തിൽ ഗ്രന്ഥകാരൻ ചെന്നെത്തിയ നിഗമനങ്ങൾ ഉയർന്നുവരികയാണ്. തങ്ങളുടെ ജീവിതസാഹചര്യങ്ങളെയും അഭിലാഷാദർശനങ്ങളെയും ഏറ്റവും നന്നായി പ്രതിഫലിപ്പിക്കുന്നവയാണ് ഈ നിഗമനങ്ങളെന്ന് തൊഴിലാളിവർഗം കൂടുതൽ കൂടുതൽ അംഗീകരിച്ചുവരികയാണ്. ഈ യാഥാർഥ്യം തൊഴിലാളി പ്രസ്ഥാനവുമായി ബന്ധമുള്ള ഒരാൾക്കും നിഷേധിക്കാൻ വയ്യ. ഇംഗ്ലണ്ടിലാകട്ടെ, തൊഴിലാളിവർഗത്തിൽ മാത്രമല്ല, സംസ്കാര സമ്പന്നരായ ജനവിഭാഗങ്ങളിലേക്കുപോലും വ്യാപിച്ചുവരുന്ന സോഷ്യലിസ്റ്റ് പ്രസ്ഥാനത്തിനകത്ത് മാർക്സിന്റെ സിദ്ധാന്തങ്ങൾ ഇന്ന് ശക്തിയേറിയ സ്വാധീനം ചെലുത്തുന്നുണ്ട്.

-ഫ്രഡറിക് എംഗൽസ്, 1886
ഒന്നാം ഇംഗ്ലീഷ് പതിപ്പിനെഴുതിയ
മുഖവുരയിൽ

കാൾ മാർക്സിന്റെ അത്യുത്തമ കൃതിയായ *മൂലധന*ത്തിന്റെ ഒന്നാംവാല്യം അദ്ദേഹത്തിന്റെ ജീവിതകാലത്തും രണ്ടും മൂന്നും വാല്യ

ങ്ങൾ മാർക്സിന്റെ മരണശേഷം എംഗൽസിന്റെ പ്രസാധകത്വത്തിലും നാലാം വാല്യം ആയ *മിച്ചമൂല്യസിദ്ധാന്തങ്ങൾ* എംഗൽസിന്റെ മരണ ശേഷവും പ്രസിദ്ധപ്പെടുത്തിയ കാര്യം മുൻ അധ്യായത്തിൽ വിവരിച്ചിട്ടു ണ്ടല്ലോ. ഈ കൃതികളെക്കുറിച്ചുള്ള വിശദമായ പഠനം ഈ ചെറിയ പുസ്തകത്തിന്റെ പരിധിയിൽപ്പെടുന്നതല്ല. വാസ്തവം പറഞ്ഞാൽ അതി നുതന്നെ ഒരു ഗ്രന്ഥപരമ്പര ആവശ്യമായി വന്നേക്കും. ഈ നിർദിഷ്ട ഗ്രന്ഥ പരമ്പരയാകട്ടെ *മൂലധന*ത്തിന്റെ കാതലായി കരുതപ്പെടുന്ന അർഥ ശാസ്ത്രത്തിൽ മാത്രം ഒതുങ്ങുന്നതുമല്ല. ചരിത്രം, നരവംശശാസ്ത്രം, സാമൂഹ്യവിജ്ഞാനീയം, സൗന്ദര്യശാസ്ത്രം, ദർശനം തുടങ്ങി വിവിധ വിജ്ഞാനശാഖകളെ വിശകലനം ചെയ്തും വിശദീകരിച്ചുമാണ് ഈ മഹൽഗ്രന്ഥപരമ്പരയിലെ അർഥശാസ്ത്ര നിഗമനങ്ങളും രാഷ്ട്രമീമാംസ പരിപാടികളും മാർക്സ് ആവിഷ്കരിക്കുന്നത്. മാർക്സിസത്തിന്റെ ദാർശ നിക അടിത്തറയായ വൈരുധ്യാത്മക ഭൗതികവാദത്തെയും ചരിത്രപര മായ ഭൗതികവാദത്തെയും കുറിച്ച് പ്രത്യേകവും സമഗ്രവുമായി മാർക്സ് ഒന്നും എഴുതി കണ്ടിട്ടില്ലല്ലോ എന്ന വിമർശനത്തിന് വി ഐ ലെനിൻ നൽകിയ മറുപടി പ്രസിദ്ധമാണ്. *മൂലധനം* ഈ രണ്ട് ദാർശനിക സിദ്ധാ ന്തങ്ങളുടെയും മൂർത്തമായ അനാവരണമാണ് നിർവഹിക്കുന്നത് എന്ന ലെനിന്റെ മറുപടി അർഥവത്താണ്. മൂലധനത്തിൽ ചർച്ചചെയ്യപ്പെടുന്ന വിവധി പ്രശ്നങ്ങളെ ഈ സിദ്ധാന്തങ്ങളുടെ അടിസ്ഥാനത്തിൽ സമീ പിക്കുകയും അപഗ്രഥിക്കുകയും ചെയ്യുന്നതുവഴി വൈരുധ്യാത്മക ഭൗതി കവാദത്തിന്റെയും ചരിത്രപരമായ ഭൗതികവാദത്തിന്റെയും സാധുത മാർക്സ് മൂർത്തമായി തെളിയിക്കുന്നു. അതുകൊണ്ട് മാർക്സിന്റെ മൂല ധന കൃതികളെക്കുറിച്ചുള്ള പഠനപരമ്പരയിൽ അർഥശാസ്ത്രത്തിനും രാഷ്ട്രമീമാംസയ്ക്കും പുറമെ *മൂലധനവും ഭൗതികശാസ്ത്രവും, മൂല ധനവും സൗന്ദര്യശാസ്ത്രവും, മൂലധനവും നരവംശശാസ്ത്രവും* എന്നി ങ്ങനെയുള്ള കൃതികളും ആവശ്യമായി വരും. കൂട്ടായ പരിശ്രമത്തിലൂ ടെയും ശ്രദ്ധാപൂർവമായ ആസൂത്രണത്തിലൂടെയും അങ്ങനെയൊരു പഠന പരമ്പര അനതിവിദൂരഭാവിയിൽ പ്രസിദ്ധീകരിക്കാൻ കഴിയുമെന്ന് പ്രത്യാശിക്കാം.

I

മാർക്സിന്റെ നാല് *മൂലധന* വാല്യങ്ങളുടെ വ്യാപ്തിയും വിഷയ വിവരവും പുതിയ വായനക്കാർക്ക് സഹായകരമാകുംവിധം ചുരുക്കി പറ യാൻ മാത്രമെ ഈ അധ്യാത്തിൽ മുതിരുന്നുള്ളു. മാർക്സിന്റെ ജീവിത കാലത്തുതന്നെ 1867-ൽ പ്രസിദ്ധീകരിച്ച *മൂലധനം* ഒന്നാം വാല്യത്തിന് പ്രത്യേകമായ ഒരു ഉപതലക്കെട്ട് ഉണ്ട് : 'മുതലാളിത്തോൽപ്പാദനത്തിന്റെ വിമർശനാത്മക വിശകലനം' എട്ട് ഭാഗങ്ങളായി തിരിച്ചിരിക്കുന്ന ഒന്നാം വാല്യത്തിൽ ആകെ 33 അധ്യായങ്ങളാണുള്ളത്. അതിലെ ഒന്നാംഭാ

ഗത്തിന്റെ പേരുതന്നെ വളരെ പ്രാധാന്യം അർഹിക്കുന്നതാണ്, ചരക്കുകളും പണവും. ഒന്നാമധ്യായം ചരക്കുകളെക്കുറിച്ചാണ്. ഒന്നാമധ്യായം ആരംഭിക്കുന്നത് ഇങ്ങനെയാണ്.

> മുതലാളിത്ത രീതിയിലുള്ള ഉൽപ്പാദനം നിലവിലുള്ള സമൂഹങ്ങളിലെ സമ്പത്ത്, ചരക്കുകളുടെ കൂമ്പൻ കൂമ്പാരമായിട്ടാണ് പ്രത്യക്ഷപ്പെടുന്നത്. സമ്പത്തിന്റെ യൂണിറ്റ് ഏകകമായ ചരക്കാണ്. തന്മൂലം നമ്മുടെ അന്വേഷണം ചരക്കിന്റെ വിശകലനം മുതൽ ആരംഭിക്കണം.

സംസ്കൃത കാവ്യ സിദ്ധാന്തത്തിൽ ഒരു നിർദേശമുണ്ട്. അതിൻപ്രകാരം ഇതിഹാസമായാലും നാടകമായാലും തുടക്കത്തിൽതന്നെ ആ കൃതിയിൽ അനാവരണം ചെയ്യുന്ന ഇതിവൃത്തത്തിന്റെയും ആവിഷ്കരിക്കപ്പെടുന്ന സ്ഥായീഭാവത്തിന്റെയും സൂചന പരോക്ഷമായിട്ടെങ്കിലും തുടക്കത്തിൽ തന്നെ ഉണ്ടായിരിക്കണം. മാർക്സിന്റെ മൂലധന പരമ്പരയുടെ നിഗമനസാകല്യത്തിന്റെ സൂചനയും സ്വഭാവവും ഈ ചരക്കിനെക്കുറിച്ചുള്ള പഠനത്തിൽ തന്നെ ഗുപ്തമായിരിക്കുന്നു. എന്തുകൊണ്ടെന്നാൽ ജൈവശരീരങ്ങളുടെയും രൂപങ്ങളുടെയും അടിസ്ഥാനഘടകം സെൽ അഥവാ കോശമാണ് എന്നതുപോലെ സങ്കീർണവും വൈവിധ്യമാർന്നതും ബൃഹത്തുമായ മുതലാളിത്ത സമ്പദ്വ്യവസ്ഥയുടെ അടിസ്ഥാന കോശമാണ് കമ്മോഡിറ്റി അഥവാ ചരക്ക്. എല്ലാ ജൈവരൂപങ്ങളുടെയും അടിസ്ഥാന സ്വഭാവമെല്ലാം ഓരോ കോശത്തിലും സംഭൃതമായിരിക്കുന്നതുപോലെ മുതലാളിത്തത്തിന്റെ നന്മയും തിന്മയും ഉൾപ്പെടെയുള്ള സകലസ്വഭാവവിശേഷങ്ങളും ബീജരൂപത്തിൽ ചരക്കിൽ കണ്ടെത്താമെന്നാണ് മാർക്സിന്റെ വാദം. ചരക്കിന്റെ ഇരട്ടസ്വഭാവം മാർക്സ് വിശകലനം ചെയ്യുന്നു - അതിന്റെ ഉപയോഗമൂല്യവും വിനിമയമൂല്യവും. ഉപയോഗമൂല്യമെന്നാൽ ഭക്ഷണം, വസ്ത്രം, പുസ്തകം മുതലായ ചരക്കുകൾ ഉപയോഗിക്കുന്നതിലൂടെ ലഭിക്കുന്ന സംതൃപ്തി എന്നർഥം. വിനിമയമൂല്യം എന്നാൽ അത് വിറ്റുകിട്ടുന്ന പ്രതിഫലം. വിൽപ്പനക്കായി ഉദ്ദേശിക്കപ്പെട്ടിട്ടുള്ളതോ വിൽപ്പനക്ക് സാധ്യതയുള്ളതോ ആയ ഉൽപ്പന്നം മാത്രമേ ചരക്കുകൾ എന്ന പേരിന് അർഹമാകുന്നുള്ളു. വിൽപ്പന മുൻകാലങ്ങളിൽ ഉണ്ടായിരുന്നുവെങ്കിലും മുതലാളിത്ത വികസനത്തിനുശേഷമാണ് സർവവിധ ഉൽപ്പന്നങ്ങളും ക്രയവിക്രയങ്ങൾക്ക് വിധേയമാകുന്നത്. അവിടെനിന്ന് ഉൽപ്പന്നങ്ങൾക്ക് വിലയുണ്ടാകുന്നത് എങ്ങനെയെന്നും വിലയുടെ നിർണായകഘടകമായ അധ്വാനശക്തി എന്തെന്നും മാർക്സ് വിശദീകരിച്ച് മുതലാളിത്ത ചൂഷണത്തിന്റെ സത്തയായ മിച്ചമൂല്യവ്യവസ്ഥയെ അനാവരണം ചെയ്യുന്നു. പിന്നീടദ്ദേഹം പ്രവേശിക്കുന്നത് മുതലാളിത്ത വ്യവസ്ഥയിലെ വിനിമയമൂല്യത്തിന്റെ പ്രകടിതരൂപമായ പണത്തിന്റെ സത്തയിലേക്കും അതിന്റെ ഗതിവിഗതികളിലേക്കുമാണ്. അതോടെ ചരക്കുകളുടെ 'ഫെറ്റിഷിസം' അഥവാ മിഥ്യാസങ്കൽപ്പഭാവം

മുതലായി രസകരമെങ്കിലും ഗഹനമായ വിഷയങ്ങളിലേക്ക് മാർക്സ് പ്രവേശിക്കുന്നു. *മൂലധന*ത്തിലെ ഏറ്റവും ദുർഗ്രഹമായ ഭാഗം 'ചരക്കുകളും പണവും' എന്ന ഒന്നാംഭാഗമാണ് എന്നൊരു ധാരണ പരന്നിട്ടുള്ളത് തീരെ അടിസ്ഥാനരഹിതമാണെന്ന് പറഞ്ഞുകൂടാ. എങ്കിലും ശ്രദ്ധയോടെ അധ്വാനിച്ച് വായിക്കുന്നവർക്ക് അത് തീരെ ദുർഘടമായി അനുഭവപ്പെടുകയില്ല. മാർക്സ് തന്നെ പലപ്പോഴും ഈ ഗഹനമായ ചർച്ചകൾക്കിടയിലും നർമബോധം പ്രകടിപ്പിക്കുന്നുണ്ട്. ഉദാഹരണത്തിന് അവസാനിപ്പിക്കുന്നത്, ഇങ്ങനെയാണ്.

> ഇതുവരെയും ഒരു രസശാസ്ത്രജ്ഞനും മുത്തിലോ, രത്നത്തിലോ വിനിമയമൂല്യം കണ്ടെത്തിയിട്ടില്ല. ഈ രാസവസ്തു കണ്ടെത്തിയ ധനശാസ്ത്രജ്ഞന്മാർ (വിമർശനവിദ്യയിൽ സവിശേഷ സാമർഥ്യം അവകാശപ്പെടുന്ന കൂട്ടർ) ഏതായാലും വസ്തുക്കളുടെ ഉപയോഗമൂല്യം അവയുടെ ഭൗതികഗുണങ്ങളിൽനിന്ന് സ്വതന്ത്രമായി ആ വസ്തുക്കൾക്കുള്ളതാണെന്നും, എന്നാൽ നേരെമറിച്ച് അവയുടെ മൂല്യം വസ്തുക്കളെന്ന നിലക്ക് തന്നെ അവയുടെ ഭാഗമാണെന്നും കാണുന്നു. അവരുടെ ഈ അഭിപ്രായങ്ങൾ സ്ഥിരീകരിക്കുന്ന ഘടകമെന്താണ്? വസ്തുക്കളും മനുഷ്യനും തമ്മിൽ നേരിട്ടുള്ള ബന്ധത്തിലൂടെ, അതായത് വിനിമയം കൂടാതെ തന്നെ, വസ്തുക്കളുടെ ഉപയോഗമൂല്യത്തെ സാക്ഷാത്കരിക്കാം. നേരെമറിച്ച്, വിനിമയത്തിലൂടെ മാത്രമെ, അതായത് ഒരു സാമൂഹ്യപ്രക്രിയയിലൂടെ മാത്രമെ അവയുടെ മൂല്യം സാക്ഷാത്കരിക്കാനാവുകയുള്ളു. ഈ പ്രത്യേക സാഹചര്യമാണ് ആ ഘടകം. "ധാരാളം ആനുകൂല്യങ്ങളും പദവിയുമുള്ള ആളാകുന്നത് വീണുകിട്ടുന്ന ഭാഗ്യമാണെങ്കിൽ എഴുത്തും വായനയും പ്രകൃത്യാ തന്നെ നേടേണ്ടതാണ്" - എന്ന് നമ്മുടെ നല്ലവനായ സുഹൃത്ത് ഡോഗ്ബറി തന്റെ അയൽവാസിയായ രാത്രി കാവൽക്കാരൻ സീകോളിനോട് പറഞ്ഞത് ഈ സന്ദർഭത്തിൽ ആരും അനുസ്മരിച്ചുപോകും.

ആരേയാണ്, "നമ്മുടെ നല്ലവനായ സുഹൃത്ത്" എന്ന് മാർക്സ് പരാമർശിക്കുന്നത്? അത് മറ്റാരുമല്ല. "മച്ച് അഡോ എബൗട്ട് നത്തിങ്" എന്ന ഷേക്സ്പിയറുടെ പ്രസിദ്ധ നാടകത്തിലെ ഒരു കഥാപാത്രത്തെത്തന്നെ. ആ നാടകത്തിലെ ഒരു സംഭാഷണശകലമാണ് അതെന്ന് ധരിച്ചാൽമാത്രമെ ആ പ്രയോഗത്തിന്റെ ആസ്വാദ്യത അനുഭവിക്കാനുതകുകയുള്ളു. ഷേക്സ്പിയർ നാടകങ്ങൾ സംസ്കാരമുള്ളവർക്കെല്ലാം പരിചിതമായിരിക്കണം എന്ന ഒരു ധാരണയോടുകൂടിയായിരിക്കാം മാർക്സ് അതിന് വിശദീകരണമോ അടിക്കുറിപ്പോ നൽകാത്തത്. ഫലിതം വിശദീകരി

ക്കാൻ പോയാൽ അത് ഫലിതമല്ലാതായിത്തീരുകയും ചെയ്യും. അതുപോലെതന്നെയാണ് മുത്തിലും പവിഴത്തിലും മൂല്യമെന്ന ഘടകം കണ്ടെത്താൻ കഴിയാത്ത രസശാസ്ത്രജ്ഞനെക്കുറിച്ചുള്ള പരാമർശവും. മാർക്സ് തന്നെ ഒരിക്കൽ പറഞ്ഞിട്ടുള്ളതുപോലെ വിജ്ഞാനത്തിന്റെ *ശൃംഗത്തിലേക്ക്* പ്രവേശിക്കുന്നവർക്ക് പട്ടുവിരിച്ച രാജപാതയൊന്നും ആരും ഒരുക്കിയിട്ടില്ലല്ലോ.

ഈ ഒന്നാംഭാഗത്തിലെ രണ്ടാമധ്യായം വിനിമയത്തെക്കുറിച്ചും മൂന്നാം അധ്യായം ചരക്കുകളുടെ പരിക്രമണത്തെക്കുറിച്ചുമാണ്.

രണ്ടാംഭാഗത്തിലാണ് വിനിമയ സുഗമതക്കായി കണ്ടുപിടിക്കപ്പെട്ട പണം എങ്ങനെ മൂലധനമാക്കി മാറുന്നുവെന്ന് മൂന്ന് അധ്യായങ്ങളിലായി മാർക്സ് വിവരിക്കുന്നത്. അധ്വാനശക്തിയുടെ വിൽപ്പനയെയും വാങ്ങലിനെയും കുറിച്ചുള്ള സാഹിത്യസുന്ദരവും ഹൃദയസ്പൃക്കുമായ വിവർത്തനത്തോടെയാണ് ഈ ഭാഗം സമാപിക്കുന്നത്.

കേവല "മിച്ച മൂല്യോൽപ്പാദനം"എന്ന മൂന്നാംഭാഗത്തിൽ അധ്വാനപ്രക്രിയയുടെ വിവിധവശങ്ങൾ വിവരിച്ചശേഷം സ്ഥിരമൂലധന, അസ്ഥിരമൂലധന മിച്ചമൂല്യത്തിന്റെ നിരക്കും തുകയും തൊഴിൽദിവസം മുതലായവ ചർചചെയ്യപ്പെടുന്നു. നാലാംഭാഗത്തിന്റെ വിഷയം സാപേക്ഷ മൂല്യോൽപ്പാദനമാണ് എങ്കിൽ, നിരപേക്ഷവും, സാപേക്ഷവുമായ മിച്ച മൂല്യമാണ് അഞ്ചാം ഭാഗത്തിലെ പ്രമേയം. ആറാംഭാഗം കൂലിയെപ്പറ്റിയുള്ള വിശദമായ പഠനത്തിന് നീക്കിവച്ചിരിക്കുന്നു. സമയക്കൂലി, പീസ് കൂലി തുടങ്ങിയ വിവിധ സമ്പ്രദായങ്ങളും അവയുടെ നിർണയസമ്പ്രദായങ്ങളും ചർച്ചചെയ്തശേഷം മൂലധനസഞ്ചയത്തെക്കുറിച്ച് ചർച്ചചെയ്യാനാണ് ഏഴും എട്ടും ഭാഗങ്ങൾ നീക്കിവച്ചിരിക്കുന്നത്.

മുതലാളിത്തത്തിന് അടിത്തറ പാകിയ പ്രാഥമിക മൂലധനസഞ്ചയം എങ്ങനെ കൃഷിക്കാരെയും കൊളോണിയൽ ജനതയെയും രൂക്ഷമായി ചൂഷണം ചെയ്തുകൊണ്ടാണ് നിർവഹിച്ചത് എന്ന് മാർക്സ് വിവരിക്കുന്നു. മുതലാളിത്തത്തിന്റെ ജന്മം സാമൂഹ്യപരിവർത്തന പ്രക്രിയയിൽ അനിവാര്യമാണെന്നും ചരിത്രപരമായി മുതലാളിത്തം മാനവപുരോഗതിക്ക് പ്രയോജനകരമായ ധർമമാണ് നിർവഹിക്കുന്നത് എന്നും അംഗീകരിക്കുമ്പോൾ തന്നെ മുതലാളിത്തത്തിന്റെ ജനനത്തിലും വളർച്ചയിലും പുരണ്ടിട്ടുള്ള ഹിംസയുടെ രക്തവും പാപത്തിന്റെ കറയും അദ്ദേഹം മറച്ചുവയ്ക്കുന്നില്ല.

മൂലധനം ഒന്നാംവാല്യത്തിന്റെ അവസാനഭാഗങ്ങളിലേക്ക് എത്തുമ്പോഴേക്കും മാർക്സിന്റെ പ്രതിപാദനം കൂടുതൽ ലളിതമായിത്തീരുന്നു. അതുകൊണ്ട് ഒന്നുകിൽ ഒന്നാം ഭാഗം വിട്ടുകളഞ്ഞ് മറ്റു ഭാഗങ്ങൾ വായിച്ചതിനുശേഷം ഒന്നാംഭാഗത്തിലേക്ക് വരികയോ അല്ലെങ്കിൽ ഒന്നാംഭാഗം മുതൽ വായിച്ച് ഏതാനും ഭാഗങ്ങൾ പൂർത്തിയാക്കിയശേഷം വീണ്ടും വായിക്കുകയോ ചെയ്യാവുന്നതാണ്. ഏതായാലും പലരും പറഞ്ഞ് പിടിപ്പിക്കുന്നതുപോലെ അത്ര ദുർഘടമൊന്നുമല്ല ഈ ഒന്നാംവാല്യം. അൽപ്പ

മൊന്ന് ശ്രമിച്ചാൽ അതിലെ ശാസ്ത്രസത്യങ്ങൾ ഗ്രഹിക്കുക എന്നതിനുപുറമെ അത്യന്തം രസകരമായ പ്രതിപാദനവും സാഹിത്യസ്വാരസ്യവും ആസ്വദിക്കാൻ ആർക്കും കഴിയും.

II

*മൂലധന*ത്തിന്റെ രണ്ടാംവാല്യം താരതമ്യേന ചെറുതാണ്. *സർക്കുലേഷൻ ഓഫ് ക്യാപ്പിറ്റൽ* അഥവാ മൂലധനത്തിന്റെ പരിക്രമണം എന്നാണ് ഇതിന്റെ പ്രത്യേകമായ ഉപതലവാചകം. അർഥശാസ്ത്ര നിരൂപണം അല്ലെങ്കിൽ അർഥശാസ്ത്രത്തിന്റെ സൂക്ഷ്മ നിരൂപണം എന്നത് മൂന്ന് *മൂലധന* വാല്യങ്ങളുടെയും ഉപതല വാചകമായിട്ടും കൊടുത്തിട്ടുള്ളതിനാൽ ഏണസ്റ്റ് മാൻഡൽ പ്രസാധനം ചെയ്ത് മൂലധനത്തിന്റെ പെൻഗ്വിൻ പതിപ്പുകളിലും കുറ്റിപ്പുഴ കൃഷ്ണപിള്ള മുഖ്യപ്രസാധകരായി മലയാളത്തിൽ അർഥശാസ്ത്ര നിരൂപണമെന്നും, അർഥശാസ്ത്ര സൂക്ഷ്മ നിരൂപണമെന്നും മാത്രമേ ഉപതലവാചകങ്ങളായി കൊടുത്തിട്ടുള്ളൂ എന്നത് ശ്രദ്ധിക്കുമല്ലോ. മൂന്ന് വാല്യങ്ങളിൽ ഏറ്റവും വലുതെന്ന് കരുതാവുന്ന മൂന്നാം വാല്യത്തിന്റെ ഉപതലവാചകം *മൂലധന*ത്തിൽ എംഗൽസ് നൽകിയിട്ടുള്ളത് “മുതലാളിത്തോൽപ്പാദന പ്രക്രിയയുടെ പൂർണരൂപം” എന്നാണ്. രണ്ടാം വാല്യത്തിൽ മൂന്നു ഭാഗങ്ങളായി 21 അധ്യായങ്ങളും മൂന്നാം വാല്യത്തിൽ എഴ് ഭാഗങ്ങളായി 52 അധ്യായങ്ങളും ആണ് ഉള്ളത്. മൂന്നാം വാല്യത്തിൽ അതുകൂടാതെ എംഗൽസ് എഴുതിയതുൾപ്പെടെ പ്രധാനപ്പെട്ട ചില അനുബന്ധങ്ങളുമുണ്ട്. ഇവക്കെല്ലാം പുറമെ ഒന്നാം വാല്യത്തിന്റെ പതിപ്പുകൾക്ക് മാർക്സും എല്ലാ വാല്യങ്ങൾക്കും എംഗൽസും എഴുതിയ അവതാരികകളും ആമുഖകുറിപ്പുകളും അവയുടെ അകത്തേക്ക് പ്രവേശിക്കാൻ സഹായകമായ വാതായനങ്ങളാണ്.

മുതലാളിത്തത്തിന്റെ അടിസ്ഥാനഘടകമായ ചരക്കുകളെക്കുറിച്ചും അതിന്റെ ഉപയോഗ-വിനിമയ മൂല്യങ്ങളെക്കുറിച്ചും മുതലാളിത്ത ഉൽപ്പാദന പ്രക്രിയകളിലൂടെ മിച്ചമൂല്യം ഉളവാകുന്നത് എങ്ങനെ എന്നതിനെക്കുറിച്ചും മൂലധന രൂപീകരണം, വേതന നിർണയം, പണം മുതലായവയെ കുറിച്ചുമാണല്ലോ ഒന്നാം വാല്യത്തിൽ പ്രതിപാദിച്ചത്. ഒന്നും രണ്ടും വാല്യങ്ങളിൽ മിച്ചമൂല്യോൽപ്പാദനം മുതലാളിത്ത സങ്കൽപ്പങ്ങളിൽ എങ്ങനെ പ്രവർത്തിക്കുന്നു എന്നാണ് വിശദമായി പരിശോധിക്കുന്നത്. ലാഭം, ലാഭനിരക്ക്, മൂലധന പരിക്രമണം, പലിശ വായ്പ മുതലായവ ഈ ചർച്ചയുടെ ഭാഗങ്ങളാണ്. സ്ഥിരമൂലധനം, അസ്ഥിരമൂലധനം മുതലായവയ്ക്ക് പുറമെ ഉൽപ്പാദനത്തിന്റെ രണ്ടുവകുപ്പുകളായ ഉൽപ്പാദനോപകരണങ്ങളെക്കുറിച്ചും ഉപഭോഗോപാദികളെക്കുറിച്ചും അവ തമ്മിലുള്ള ബന്ധങ്ങളെക്കുറിച്ചും ഉള്ള പ്രധാന ചർച്ചകൾ ഒന്നാം വാല്യത്തിൽ സമാപിക്കുന്നു.

മൂന്നാം വാല്യത്തിലാകട്ടെ ശരാശരി ലാഭനിരക്കിന്റെ സങ്കോച പ്രവണത വ്യാപാര മൂലധനം, ഫൈനാൻഷ്യൽ മൂലധനം മുതലായവ വിശ

കലനത്തിന് വിധേയമാകുന്നു. മൂന്നാം വാല്യത്തിലെ മറ്റൊരു പ്രധാന ചർച്ചാവിഷയം ഭൂനികുതിയും മൂലധന രൂപീകരണവും തമ്മിലുള്ള ബന്ധമാണ്. തറപ്പാട്ടം, വ്യാവർ തറപാട്ടം, കേവലപാട്ടം മുതലായ പ്രശ്നങ്ങളെക്കുറിച്ച് അതുവരെ നടന്നിട്ടുള്ള വാദങ്ങൾ ക്രോഡീകരിച്ച് മാർക്സിന്റെ തനതായ സിദ്ധാന്തങ്ങൾ അവതരിപ്പിക്കുന്നു.

അങ്ങനെ, *മൂലധനം* ഒന്നാം വാല്യത്തിൽ മുതലാളിത്തത്തിന്റെ അതിസൂക്ഷ്മ ഘടകമായ - ജൈവരൂപങ്ങളിലെ കോശത്തിനു തുല്യമായ - ചരക്കിൽ നിന്നാരംഭിച്ച് മൂന്നാം വാല്യത്തിലെത്തുമ്പോൾ അദ്ദേഹം മുതലാളിത്തത്തിന്റെ സമൂല പ്രകൃതിയെ സമഗ്രമായി അപഗ്രഥിച്ച് അതിന്റെ സവിശേഷതകൾ വിവരിക്കുന്നു. മൂന്നാം വാല്യത്തിന്റെ അവസാനഭാഗം സമ്പൂർണമായില്ല എന്ന ഒരു വിമർശനമുണ്ട്. ഈ പോരായ്മ പരിഹരിക്കത്തക്കവിധം എംഗൽസ് ഒരു അനുബന്ധം എഴുതിച്ചേർത്തിട്ടുണ്ട്. അതിൽ മുതലാളിത്തം എംഗൽസിന്റെ നിര്യാണത്തിന് ഒരു വർഷം മുമ്പ് - അതായത് *മൂലധനം* മൂന്നാം വാല്യം പ്രസിദ്ധീകരിച്ച 1894-വരെയുള്ള മുതലാളിത്ത വികാസഗതി ആഗോളതലത്തിൽ പരിശോധിച്ച് വിലയിരുത്തുന്നുമുണ്ട്.

III

ഇനി അവശേഷിക്കുന്നത് *മൂലധന*ത്തിന്റെ നാലാം വാല്യമായി പരിഗണിക്കപ്പെടുന്ന *മിച്ചമൂല്യ സിദ്ധാന്തങ്ങൾ* എന്ന കൃതിയാണ്. നേരത്തെ ചൂണ്ടിക്കാണിച്ചതുപോലെ അതിന്റെ കൈയെഴുത്ത് കടലാസുകൾകൂടി പരിശോധിച്ച് സമാഹരിച്ച് എഡിറ്റ് ചെയ്യാൻ എംഗൽസിന് കഴിഞ്ഞില്ല. 1895-ൽ അദ്ദേഹം നിര്യാതനായി. പിന്നീട് മാർക്സിന്റെ *മൂലധന* പരമ്പരയിലെ അവസാനത്തെ ഭാഗം സമാഹരിച്ച് എഡിറ്റ് ചെയ്യാൻ ഉദ്ഗ്ദനായത് ജർമൻ സോഷ്യൽ ഡമോക്രാറ്റിക് പ്രസ്ഥാനത്തിന്റെ പ്രമുഖ നേതാവായ കാൾ കൗത്സ് കി ആയിരുന്നുവെന്നും കൗത്സ്കിയുടെ മിതവാദധാരണകൾ അതിനെ വികലപ്പെടുത്തിയിട്ടുണ്ട് എന്ന വിമർശനത്തെ തുടർന്ന് മോസ്കോവിലെ ഇൻസ്റ്റിറ്റ്യൂട്ട് ഓഫ് മാർക്സിസം - ലെനിനിസം കൗത്സ്കി ഉപയോഗിച്ച കൈയെഴുത്തു പ്രതികൾ തന്നെ പരിശോധിച്ച് പോരായ്മകൾ നികത്തി ഒരു പുതിയ പതിപ്പ് ഇറക്കിയെന്നും നേരത്തെ പറഞ്ഞുവല്ലോ. സാഹിത്യ പ്രവർത്തന സഹകരണസംഘം ഈ നാലാം വാല്യം വിവർത്തനം ചെയ്ത് പ്രസിദ്ധീകരിച്ചിട്ടില്ല. അതുകൊണ്ട് നമുക്ക് മോസ്കോവിൽ നിന്നും 1963-ലും തുടർന്നും പ്രസിദ്ധീകരിച്ച ഇംഗ്ളീഷ് വിവർത്തനത്തെ ആശ്രയിക്കുകയെ മാർഗമുള്ളു. ജർമൻ ഭാഷയിൽനിന്ന് ഇംഗ്ലീഷിലേക്ക് വിവർത്തനം ചെയ്തത് പ്രശസ്ത ബ്രിട്ടീഷ് കമ്യൂണിസ്റ്റ് പാർട്ടി നേതാവും ഇന്ത്യാക്കാർക്ക് സുപരിചിതനായ മാർക്സ് പണ്ഡിതനും ആയ എമിൽ ബേൺസ് ആണ്. ബേൺസിന്റെ *എന്താണ് മാർക്സിസം* പോലുള്ള കൃതികൾ മലയാളം

ഉൾപ്പെടെയുള്ള ഇന്ത്യൻ ഭാഷകളിലും ഇംഗ്ലീഷിലും ഇപ്പോഴും ഒരു ബെസ്റ്റ് സെല്ലറാണ്.

മിച്ച മൂല്യസിദ്ധാന്തങ്ങൾ ഓരോ ഭാഗത്തിന് ഓരോ പ്രത്യേക പുസ്തകം എന്ന നിലയിൽ മൂന്നു പ്രത്യേക പുസ്തകങ്ങളായിട്ടാണ് പ്രസിദ്ധീകരിച്ചിട്ടുള്ളത്. ഇതിൽ പ്രധാനമായും മാർക്സിന്റെ കാലം വരെയുള്ള ഏറ്റവും പ്രമുഖരായ അർഥശാസ്ത്രജ്ഞന്മാരുടെ കൃതികളും സിദ്ധാന്തങ്ങളും വിമർശനത്തിന് വിധേയമാക്കുകയാണ്. മാർക്സിനു മുമ്പുള്ള അർഥശാസ്ത്രത്തെ രണ്ട് വിഭാഗമായിട്ടാണ് മാർക്സ് തരംതിരിക്കുന്നത്. അവരിൽ ആദ്യത്തെ വിഭാഗമായ ക്ലാസിക്കൽ അർഥ ശാസ്ത്രജ്ഞരെ അങ്ങേയറ്റത്തെ മതിപ്പോടുകൂടിയാണ് മാർക്സ് പരിഗണിക്കുന്നത്. പ്രത്യേകിച്ചും ആദംസ്മിത്ത് (1723 – 1790), ഡേവിഡ് റിക്കാർഡോ (1772 – 1823) തുടങ്ങിയവരെ തന്റെ പൂർവികരായി മാർക്സ് മാനിക്കുന്നു. അതുകൊണ്ടാണ് മാർക്സിസത്തിന്റെ മൂന്ന് ഉറവിടങ്ങളെപ്പറ്റി ചർച്ച ചെയ്യുമ്പോൾ അവയിലൊന്ന് ബ്രിട്ടീഷ് അർഥശാസ്ത്രമാണെന്നാണ് ലെനിൻ ചൂണ്ടിക്കാട്ടിയത്. ക്ലാസിക്കൽ ജർമൻ ദർശനവും ഫ്രഞ്ച് സോഷ്യലിസ്റ്റ് പൈതൃകവുമാണ് മറ്റ് രണ്ട് ഉറവിടങ്ങൾ. തനിക്ക് അഞ്ചു വയസുള്ളപ്പോൾ നിര്യാതനായ റിക്കാർഡോയോടുകൂടി ബൂർഷ്വാ അർഥശാസ്ത്രം ശാസ്ത്രീയ പാത വെടിഞ്ഞ് വികൃതരൂപങ്ങൾ കൈക്കൊള്ളുന്നുവെന്ന് മാർക്സ് ചൂണ്ടിക്കാണിക്കുകയും ഈ വികൃത വിദ്വാന്മാരുടെ കൃതികൾ പരിശോധിച്ച് സമർഥിക്കുകയുമാണ് ഈ നാലാം വാല്യത്തിൽ ചെയ്യുന്നത്.

ഈ അർഥശാസ്ത്രജ്ഞന്മാരിൽ സ്മിത്തിനെയും റിക്കാർഡോയെയുംപോലെ ചുരുക്കം ചിലരെ ഒഴിച്ചാൽ പലരും വിസ്മൃതരായി എങ്കിലും അവരുടെ പല കാലഹരണംവന്ന സിദ്ധാന്തങ്ങളും ഇപ്പോഴും രൂപഭേദങ്ങളോടെ കൂടക്കൂടെ ബൂർഷ്വാ ചിന്തകരിലും സോഷ്യലിസ്റ്റ് വ്യതിയാനക്കാരിലും പ്രതിഫലിക്കുന്നുണ്ട്. മാത്രമല്ല ഈ ചരിത്രപരിശോധനയിലൂടെ മാർക്സ് സ്വന്തം സിദ്ധാന്തങ്ങൾ കുറേക്കൂടി വിശദമായി സ്ഥാപിക്കുകയും ചെയ്യുന്നു. അതുകൊണ്ട് *മിച്ചമൂല്യ സിദ്ധാന്തങ്ങൾ* മാർക്സിസം പഠിക്കുന്നവർക്ക് ഒഴിച്ചുകൂടാനാവില്ല. അർഥശാസ്ത്ര പുരോഗതിയുടെ ചരിത്രം പഠിക്കുന്ന അക്കാദമിക് വിദ്യാർഥികൾക്കും അധ്യാപകർക്കും ഇത് അമൂല്യമായ രത്നഖനിയാണ്.

6

ദാരിദ്ര്യം, രോഗം, മരണം

മാർക്സാകട്ടെ, ഇതരന്മാർ ചവിട്ടിത്താഴ്ത്തിക്കളഞ്ഞിട്ടുള്ള കൂലിവേലക്കാർക്ക് മഹത്തായ ഒരാശയെ ഉജ്ജ്വലിപ്പിച്ച്; മഹത്തായ ഒരു ഉദ്ദേശ്യത്തെ ഉപദേശിക്കുകയും ചെയ്തു. ഇതുനിമിത്തം യൂറോപ്പിൽ സമൂഹസ്വാതന്ത്ര്യത്തിന്റെ ബീജവും നട്ടു; അതിപ്പോൾ എത്രയോ വലിയ മരമായിത്തീർന്നിരിക്കുന്നു. ഈ കാര്യത്തിൽ അദ്ദേഹം ചെയ്ത വലിയ ശ്രമങ്ങളെ ഭവിഷ്യൽസന്തതികൾകൂടെ സ്മരിക്കുമെങ്കിൽ, അദ്ദേഹത്തോടൊന്നിച്ച് ഇതിലേക്കായി കഷ്ടങ്ങൾ അനുഭവിച്ചിരുന്ന ഭാര്യയായ ജെന്നി എന്ന സ്ത്രീരത്നത്തെയും അവരുടെ സന്താനങ്ങളെയും മറക്കുവാൻ സാധിക്കുകയില്ല നിശ്ചയം. ഒരിക്കലും മറക്കരുതുതാനും. കൂലിവേലക്കാരുടെ ദാസ്യവും ദാരിദ്ര്യവും നാമാവശേഷമാകയും കോടീശ്വരന്മാരുടെ മൂലധനപ്രഭാവം അതിന്റെ പ്രേതാലയം അടയുകയും ചെയ്യുന്ന കാലത്തും അതിനപ്പുറവും മനുഷ്യർക്ക് ചാരിതാർഥ്യത്തോടുകൂടി സ്മരിക്കാൻ വിഷയമായ ഏതാനും ആളുകളുണ്ട്. ഇവർ അധർമനിർമാർജന കൃത്യത്തിൽ പട്ടിണികൊണ്ടു തളർന്നുവീണു കഷ്ടപ്പെട്ടിട്ടുംകൂടി, പിൻതിരിയാതെ സർവാത്മനാ പ്രയത്നിച്ചിരുന്ന മാർക്സും ഭാര്യയും കൂട്ടരുമത്രെ. തന്റെ ഭർത്താവിന്റെ ധർമകർമങ്ങളിൽ സഹധർമചാരിണിയായിരുന്ന് സർവക്ളേശങ്ങളെയും സഹിച്ച്, ധർമസ്ഥാപനാർഥം ദാരിദ്ര്യപിശാചികയ്ക്ക് തന്റെ രണ്ട് അരുമസന്താനങ്ങളെയും ബലികഴിച്ച ആ സാധ്വിയായ മാതാവിന്റെ ധീരകൃത്യങ്ങളെപ്പറ്റി മാതാക്കന്മാർ ഗാനം ചെയ്യട്ടെ!

-സ്വദേശാഭിമാനി കെ രാമകൃഷ്ണപിള്ള, 1912

ആയിരത്തി എണ്ണൂറ്റി നാൽപ്പത്തി ഒൻപതിൽ യൂറോപ്യൻ വൻകരയിൽ പ്രതിവിപ്ലവകാരികളും സ്വേച്ഛാധിപതികളും ആരംഭിച്ച ഇടതുപക്ഷവേട്ടയുടെ ഫലമായി മാർക്സും കുടുംബവും എംഗൽസും ലണ്ടനിൽ അഭയാർഥികളായി എത്തിചേർന്ന വിവരം മുൻ അധ്യായത്തിൽ പറഞ്ഞിരുന്നുവല്ലോ. മൂന്നു കുട്ടികളെയും കൊണ്ടുള്ള ഗർഭിണിയായ ജെന്നിയുടെ കപ്പൽയാത്ര അവരെ കൂടുതൽ അവശയാക്കി. ചെലവിന് അത്യാവശ്യം പണമോ തണുപ്പിനെ നേരിടാൻ വേണ്ടത്ര കമ്പിളിവസ്ത്രമോപോലുമില്ലാതെ ലണ്ടനിൽ എത്തിയ മാർക്സ് കുടുംബം ദരിദ്രർ തിങ്ങിപ്പാർക്കുന്ന ലെസസ്റ്റർ പ്രദേശത്ത് ഒരു ലോഡ്ജിങ് കെട്ടിടത്തിൽ ഒരു മുറിയെടുത്ത് പൊറുതിയാരംഭിച്ചു. ആ വർഷം നവംബർ 5-ാം തിയതി ജെന്നി നാലാമത്തെ കുട്ടിയെ പ്രസവിച്ചു. ആൺകുട്ടി. ഹെൻറിഷ് ഗുയിഗൊ എന്നു പേർ. ജെന്നി (ജ.1844), ലോറ (ജ.1846) എന്നീ ബാലികമാരും എഡ്ഗാർ (ജ. 1847) എന്ന ബാലനുമാണ് മറ്റു മക്കൾ.

കൊളോണിൽവച്ച് തട്ടുമുട്ടുസാധനങ്ങൾ വിറ്റും ഫ്രാൻസിൽ കുടുംബം വകയായി കിട്ടിയ വെള്ളിപ്പാത്രങ്ങൾ പണയംവച്ചും സ്വരൂപിച്ച പണമെല്ലാം യാത്രചെലവുനടത്തി ലണ്ടനിൽ എത്തിയപ്പോഴേക്കും മിക്കവാറും തീർന്നു. മാർക്സ് പുതുതായി ആരംഭിച്ച നിയു റെയിനിഷ് സെയ്ത്തുങ് പത്രത്തിൽനിന്ന് വരുമാനമൊന്നും കിട്ടിത്തുടങ്ങിയില്ലെങ്കിലും അതിനുവേണ്ടി ചെലവുകൾ ചെയ്യേണ്ടിവന്നു. അങ്ങനെ റൊട്ടി വാങ്ങാനുള്ള പണംപോലുമില്ലാതായി. ഒടുവിൽ വാടക കൊടുക്കാത്തതിനാൽ മാർക്സും കുടുംബവും കുടിയിറക്കപ്പെട്ടു. ഈ സംഭവങ്ങളെക്കുറിച്ച് ജെന്നി അവരുടെ കുടുംബസുഹൃത്തും പ്രസ്ഥാനനായകരിൽ ഒരാളുമായ ജോസഫ് വെയ്ഡെ മെയർക്ക് ഇങ്ങനെ എഴുതി:

> ഇത്രയേറെ ദുരിതം മറ്റേതെങ്കിലും അഭയാർഥികൾക്ക് അനുഭവിക്കേണ്ടിവന്നിട്ടുണ്ട് എന്നുതോന്നുന്നില്ല. അതു വ്യക്തമാക്കാൻ ഈ ജീവിതത്തിലെ ഒരുദിവസത്തെ യഥാർഥ അനുഭവം ഞാൻ വിവരിക്കാം. മുലയമ്മമാർക്ക് (അമ്മയ്ക്ക് മുലപ്പാൽ ഇല്ലാത്തതിനാലോ രോഗംമൂലമോ കുഞ്ഞിനെ പാലൂട്ടാൻ പ്രതിഫലവ്യവസ്ഥയിൽ പ്രവർത്തിക്കുന്ന സ്ത്രീകൾ) ഇവിടെ ദുർവഹമായ പ്രതിഫലമാകയാൽ മുലയ്ക്കും പുറത്തും അസഹ്യമായ വേദന ഉണ്ടായിരുന്നുവെങ്കിലും കുഞ്ഞിനെ ഞാൻ തന്നെ പാലൂട്ടാൻ നിശ്ചയിച്ചു. എന്നാൽ ആ പാവം മാലാഖക്കുഞ്ഞ് പാലിനോടൊപ്പം വളരെയേറെ ദുഃഖവും വലിച്ചുകുടിക്കുന്നതു കൊണ്ടാകണം രാത്രിയും പകലും വേദനകൊണ്ട് ഞെരിയുകയും പുളയുകയും ചെയ്തുവന്നു. അവൻ ജനിച്ചതിൽപിന്നെ ഒരിക്കൽപ്പോലും രാത്രിമുഴുവൻ ഉറങ്ങിയിട്ടില്ല. ഏറിയാൽ രണ്ടോ മൂന്നോ മണിക്കൂർ മാത്രം ഉറങ്ങും. ഈയിടെയായി അവന്റെ ശരീരം വല്ലാതെ കോച്ചിവലിക്കാൻ തുടങ്ങിയിരിക്കുന്നു.

അങ്ങനെ അവൻ ജീവന്മരണങ്ങളുടെ വക്കിൽനിന്ന് ആടുകയാണ്, ഈ അസുഖവും വേദനയും മൂലം അവൻ വല്ലാതെ കടിച്ചുവലിക്കുകമൂലം മുലക്കണ്ണ് പൊട്ടി ചോരയൊലിക്കുന്നു. പലപ്പോഴും രക്തം കുഞ്ഞിന്റെ വായിലേക്കും ഒഴുകുന്നു. ഒരുദിവസം ഈ അവസ്ഥയിൽ ഞാൻ ഇരിക്കുമ്പോൾ വീട്ടുടമസ്ഥ പെട്ടെന്നു പ്രത്യക്ഷയായി. ശിശിരകാലത്ത് ഞങ്ങൾ മൊത്തം 250 ഥാലർ (ജർമൻനാണയം) വാടകയായി കൊടുത്തിട്ടുണ്ട്. ഇനി ഞങ്ങൾ വീട്ടുടമസ്ഥനുമായി ഏർപ്പാടാക്കിക്കൊള്ളാം എന്നറിയിക്കുകയും ചെയ്തു. എന്തുകൊണ്ടെന്നാൽ അയാൾ വീട് ഒഴിപ്പിക്കാൻ കേസ് കൊടുത്തിരിക്കുകയായിരുന്നു. ഇപ്പോൾ വീട്ടുടമസ്ഥ ആ കരാർ നിഷേധിച്ച് 5 പവൻകൂടി അവർക്ക് കിട്ടാനുണ്ട് എന്നുവാദിച്ചു. അതുകൊടുക്കാൻ ഞങ്ങൾക്ക് കഴിയാതെ വന്നപ്പോൾ ദല്ലാൾമാർ (ബ്രോക്കർ) കടന്നുവന്ന് ഞങ്ങളുടെ സാധനങ്ങളെല്ലാം കൈവശപ്പെടുത്താൻ തുടങ്ങി. കിടക്ക, വിരിപ്പുകൾ, വസ്ത്രങ്ങൾ തുടങ്ങി പാവം കുഞ്ഞിന്റെ തൊട്ടിലും പെൺകുട്ടികളുടെ നല്ല കളിപ്പാട്ടങ്ങളും അവർ കരസ്ഥമാക്കി. പെൺകുട്ടികൾ നോക്കിനിന്ന് ദയനീയമായി കരഞ്ഞു. രണ്ടുമണിക്കൂറിനകം അവിടെയുള്ളതെല്ലാം എടുത്തുകൊണ്ടുപോകും എന്ന് അവർ ഭീഷണിപ്പെടുത്തി. മരവിപ്പിക്കുന്ന മഞ്ഞിൽ വേദനിക്കുന്ന മാറും തണുത്തുവിറയ്ക്കുന്ന കുട്ടികളെയും അടക്കിപ്പിടിച്ചുകൊണ്ട് വെറുംനിലത്ത് കിടക്കേണ്ടിവരുന്ന അവസ്ഥ. ആരുടെയെങ്കിലും സഹായം തേടാനായ ഞങ്ങളുടെ ഒരു സ്നേഹിതനായ സ്ക്രാം നഗരത്തിലേക്കു ഓടി. അയാൾ ഒരു കുതിരവണ്ടിയിൽ ചാടിക്കയറിയപ്പോൾ കുതിരകൾ മറ്റൊരു വഴിയേ പാഞ്ഞു. അയാൾ വണ്ടിയിൽനിന്ന് പുറത്തുചാടി മുഖംകുത്തിവീണു. ഒടുവിൽ ചോരയും ഒലിപ്പിച്ച് അയാൾ തിരിച്ചെത്തിയപ്പോൾ ഞാൻ തണുത്തുവിറയ്ക്കുന്ന കുഞ്ഞുങ്ങളെയും അടക്കിപ്പിടിച്ചുകൊണ്ട് അവിടെ കുത്തിയിരിക്കുകയായിരുന്നു.

പിറ്റേദിവസം തന്നെ ഞങ്ങൾക്ക് അവിടെനിന്ന് ഇറങ്ങിക്കൊടുക്കേണ്ടിവന്നു. തണുത്ത കാലാവസ്ഥയും മഴയും. എന്റെ ഭർത്താവ് ഒരു വാടകസ്ഥലത്തിനായി അന്വേഷിച്ചുനടന്നുവെങ്കിലും നാലു കുട്ടികളുണ്ട് എന്നുപറയുമ്പോൾ അവരെല്ലാം മുഖംതിരിച്ചുകളഞ്ഞു. അവസാനം ഒരു സുഹൃത്ത് സഹായിച്ചതിനെ തുടർന്ന് കടമെല്ലാം ഒരുവിധം തീർത്തു. മരുന്നുഷാപ്പുകാരനും റൊട്ടിക്കടക്കാരനും ഇറച്ചിക്കാരനും പാൽക്കാരനും കൊടുത്തുതീർക്കാനുള്ള വകയുണ്ടാക്കാൻ ഞാൻ കിടക്കകളൊക്കെ വിറ്റു. ദല്ലാൾമാർ വന്നുകയറിയെന്ന വാർത്തകേട്ട് പരിഭ്രാന്തരായ അവരെല്ലാം ബില്ലുമായി കടംപിരിക്കാൻ ഓടിയെത്തി. ഞാൻ വിറ്റ കിടക്കകളെല്ലാം തെരുവുവാതിൽക്കൽ കൊണ്ടുപോയി ഒരു ഉന്തുവണ്ടിയിൽ കയറ്റി. എന്നിട്ടു എന്തുസംഭവിച്ചു എന്നാണ് വിചാരിക്കുന്നത്? ഇംഗ്ലീഷ് നിയമപ്രകാരം സൂര്യാസ്തമയത്തിനുശേഷം ഇങ്ങനെ വീട്ടുസാമാനങ്ങൾ കയറ്റിക്കൊണ്ടുപോകുന്നത് നിയമവിരുദ്ധമാണ്. സൂര്യൻ അസ്തമിച്ചിട്ടു വളരെയേറെ ആവുകയും ചെയ്തു. വീട്ടുടമസ്ഥൻ ഏതാനും പൊലീസു

കാരെ കൂട്ടി രംഗത്തുവന്നു. തന്റെ ചില സാധനങ്ങൾ ഉന്തുവണ്ടിയിൽ ഉണ്ടായിരിക്കാൻ ഇടയുണ്ട് എന്നും ഞങ്ങൾ എല്ലാം പെറുക്കിക്കെട്ടി വല്ല വിദേശരാജ്യത്തിലേക്കും ഒളിച്ചുകടക്കുകയായിരിക്കാമെന്നും അയാൾ പൊലീസുകാരെ ബോധിപ്പിച്ചു. അഞ്ചുമിനിട്ടിനകം 200-300 പേർ ഞങ്ങളുടെ വാതിൽക്കൽവന്നുകൂടി - ചെൽസിയ പ്രദേശത്തെ ആൾക്കാരെല്ലാം കിടക്കകൾ വീണ്ടും അകത്തേക്ക് എടുത്തു. പിറ്റേദിവസം രാവിലെവരെ കിടക്കകൾ വില തന്നവർക്ക് അയച്ചുകൊടുക്കാൻ കഴിഞ്ഞില്ല. തട്ടുമുട്ടു സാധനങ്ങളെല്ലാം വിറ്റഴിച്ച് അവസാനത്തെ ചില്ലിക്കാശുവരെ കടമെല്ലാം തീർത്തശേഷം എന്റെ പൊന്നോമനകളെയും കൂട്ടി രണ്ടു ചെറിയ മുറികളുള്ള ഇപ്പോഴത്തെ മേൽവിലാസത്തിലെത്തി - ജർമൻ ഹോട്ടൽ, 1 ലൈസെസ്റ്റർ സ്ട്രീറ്റ്, ലൈസെസ്റ്റർ സ്ക്വയർ, ആഴ്ചയിൽ അഞ്ചേരപ്പവൻ വാടകയ്ക്ക് ഇവിടെ മാനുഷികമായ ഒരു സ്വാഗതം ലഭിച്ചിരിക്കുകയാണ്.

ഈ നിസാരദുരിതാനുഭവങ്ങൾ എന്റെ നടുവളച്ചു എന്നൊന്നും കരുതരുത്. നമ്മുടെ സമരം ഒറ്റപ്പെട്ടതല്ലെന്നു ഞാൻ അനുഗൃഹീതമായ ആ സമരനിരയിൽപ്പെട്ട ചുരുക്കം പേരിൽ ഒരാളാണെന്നും നല്ലപോലെ അറിയുന്നുണ്ട്. എന്റെ ജീവിതത്തിന്റെ മുഖ്യാധാരമായ എന്റെ പ്രിയഭർത്താവ് ഇപ്പോഴും എന്നോടൊപ്പമാണെന്നും ഞാനറിയുന്നു. അദ്ദേഹത്തിന് സഹിക്കേണ്ടിവരുന്ന ഈ അൽപ്പത്തങ്ങളും വളരെക്കുറച്ചുപേരേ അദ്ദേഹത്തിന്റെ തുണയ്ക്ക് എത്തുന്നുള്ളു എന്നതും അനേകരെ സസന്തോഷം സഹായിച്ചിട്ടുള്ള അദ്ദേഹം ഇവിടെ ഇത്രമേൽ നിസ്സഹായനായിരിക്കുന്നു എന്നതും മാത്രമേ എന്നെ തകർത്ത് എന്റെ ഹൃദയത്തെ മുറിവേൽപ്പിക്കുന്നുള്ളു. എന്നാൽ, എന്റെ പ്രിയപ്പെട്ട ഹെർ വെയ്ഡെമെയർ, ഞങ്ങൾ ആരുടെയെങ്കിലുംമേൽ അവകാശവാദങ്ങൾ ഉയർത്തുകയാണ് എന്ന് ഒരിക്കലും കരുതിപ്പോകരുതേ. തന്നിൽനിന്ന് അനേകം ആശയങ്ങളും പ്രോത്സാഹനവും പിന്തുണയും നേടിയവർ തന്റെ പത്രം നടത്തിപ്പിൽ കുറേക്കൂടി താൽപ്പര്യം പ്രകടിപ്പിക്കുകയും കുറേക്കൂടി പ്രായോഗികസഹായം നൽകുകയും ചെയ്തിരുന്നെങ്കിൽ - എന്നുമാത്രമേ എന്റെ ഭർത്താവ് പ്രതീക്ഷിക്കുന്നുണ്ടാവുകയുള്ളു. ഈ നിർദേശം അവതരിപ്പിക്കാനുള്ള ധൈര്യവും അഭിമാനവും എനിക്കുണ്ട്. ഇത്രയെങ്കിലും അദ്ദേഹത്തോട് ചെയ്യേണ്ട കടപ്പാട് അവർക്കെല്ലാം ഉണ്ടെന്നു ഞാൻ കരുതുന്നു. എന്നാൽ എന്റെ ഭർത്താവ് കരുതുന്നത് മറിച്ചാണ്. ഒരിക്കലും ഏറ്റവും ഭയാനകമായ ദുരവസ്ഥയിൽപ്പോലും, ഭാവിയെപ്പറ്റിയുള്ള പ്രതീക്ഷ അദ്ദേഹം കൈവെടിഞ്ഞിട്ടില്ല. ഉല്ലാസപൂർവമായ നർമബോധവും കൈവെടിഞ്ഞിട്ടില്ല (Quoted by B Nieolaievsky and O Maenchen Helfn, Karl Marx Man and Fighter, 1936).

ലണ്ടനിൽ വന്നതിനുശേഷം ജെന്നി പ്രസവിച്ച ഗുയിദൊയെക്കുറിച്ചാണ് അവർ ഈ കത്തിൽ എഴുതുന്നത്. ഈ അലച്ചിലിന്റെയും പട്ടിണിയുടെയും ഫലമായി ആ കുഞ്ഞ് നവംബർ 19-ാം തീയതി ഒരു

വയസ്സും രണ്ടാഴ്ചയും തികഞ്ഞപ്പോൾ മരിക്കുകയും ചെയ്തു.

അപ്പോഴേക്കും എംഗൽസ് മാഞ്ചസ്റ്ററിലേക്ക് താമസം മാറ്റുകയും കുടുംബവക വ്യാപാരസ്ഥാപനത്തിൽ ഒരു ജീവനക്കാരനായി പ്രവേശിക്കുകയും ചെയ്തു. തന്റെ സ്നേഹിതൻ മാർക്സിനെയും കുടുംബത്തെയും സഹായിക്കുക എന്നതായിരുന്നു ഈ ജോലിതേടലിന്റെ മുഖ്യ ലക്ഷ്യം. എങ്കിലും പിൽക്കാലത്ത് 'എർമൻ ആൻഡ് എംഗൽസ്' എന്ന അച്ഛന് പങ്കുള്ള ഈ കമ്പനിയുടെ മാനേജർസ്ഥാനത്ത് എത്തുംവരെ എംഗൽസിന്റെ വരുമാനം പരിമിതമായിരുന്നതിനാൽ മാർക്സിന്റെ ആവശ്യങ്ങളെല്ലാം നിറവേറ്റത്തക്കവിധം സഹായിക്കാൻ കഴിഞ്ഞിരുന്നില്ല. എങ്കിലും എംഗൽസിന്റെ സഹായം സമ്പൂർണ തകർച്ചയിൽനിന്ന് മാർക്സിനെ രക്ഷിക്കുകയും അദ്ദേഹത്തിന്റെ രാഷ്ട്രീയപ്രവർത്തനവും പഠനഗവേഷണങ്ങളും മുടക്കം കൂടാതെ തുടരാൻ ഉപകരിക്കുകയും ചെയ്തു.

1850 ഡിസംബർ ആയപ്പോഴേക്കും അൽപ്പംകൂടി സൗകര്യമുള്ള സ്ഥലത്തേക്ക് താമസംമാറ്റാൻ മാർക്സിന് കഴിഞ്ഞു. എങ്കിലും ദാരിദ്ര്യവും രോഗവും മരണവും അവരെ വീണ്ടും പിന്തുടർന്നു.

എംഗൽസിന്റെ സംഭാവനകൾ അത്ര വലുതല്ലാതിരുന്നതിനാൽ മറ്റു ഉപജീവനമാർഗങ്ങളും മാർക്സിന് തേടേണ്ടിവന്നു. അങ്ങനെയാണ് 1851 മുതൽ പത്രാധിപർ ചാൾസ് ദാനായുടെ ക്ഷണപ്രകാരം *ന്യൂയോർക്ക് ഡെയ്‌ലി ട്രിബ്യൂണലിന്റെ* യൂറോപ്യൻ ലേഖകനായി മാർക്സ് പ്രവർത്തിക്കാൻ തുടങ്ങിയത്. അതിൽനിന്നുള്ള വരുമാനവും അത്ര വലുതായിരുന്നില്ല. എങ്കിലും ഭാവിതലമുറകൾക്ക് അന്നത്തെ വിവിധ രാഷ്ട്രങ്ങളിലെ സംഭവവികാസങ്ങളെക്കുറിച്ച് മാർക്സ് എഴുതിയത് വായിക്കാൻ ഭാഗ്യം സിദ്ധിച്ചു. ഇന്ത്യയെക്കുറിച്ചും മറ്റുമുള്ള മാർക്സിന്റെ വിലപ്പെട്ട ലേഖനങ്ങൾ ഈ പത്രത്തിലാണ് വന്നത്. സമകാലികസംഭവങ്ങളെക്കുറിച്ച് പത്രലേഖനങ്ങൾ എഴുതുന്നത് മാർക്സിനെപ്പോലുള്ളവരാണെങ്കിൽ അവ കാലഹരണം വരാത്ത ക്ലാസിക്കുകളായി പരിണമിക്കുമെന്ന് ഈ ലേഖനങ്ങൾ സിദ്ധവൽക്കരിക്കുന്നു.

1851-ൽതന്നെ ജെന്നി ഫ്രാൻസിസ്ക എന്ന പെൺകുട്ടിയെ പ്രസവിച്ചു. ഒരുവയസ് തികയുന്നതിനു മുമ്പ് ആ കുട്ടിയും മരിച്ചു. ഫ്രാൻസിസ്ക മരിച്ചപ്പോൾ അതിനൊരു കൊച്ചുശവപ്പെട്ടി വാങ്ങാൻ പോലും പണമില്ലാതെ മാർക്സ് വേദനിച്ചപ്പോൾ ഒരു ഫ്രഞ്ച് അഭയാർഥിയാണ് സഹായധനവുമായി എത്തിച്ചേർന്നത്.

പക്ഷേ, ശിശുമരണം ആ കുടുംബത്തെ പിന്നെയും ക്രൂരമായി പിന്തുടർന്നു. 1856-ൽ ഏഴാംവയസിൽ അവരുടെ അവശേഷിച്ച ഏകപുത്രനായ എഡ്ഗാറും മരിച്ചു. മാർക്സിന്റെ ബാല്യകാലത്തെ ചങ്ങാതിയും ഭാര്യ ജെന്നിയുടെ സഹോദരനുമായ എഡ്ഗാർ വെസ്റ്റഫേലന്റെ പേരാണ് കുട്ടിക്ക് നൽകിയിരുന്നത് എന്നതുതന്നെ അതിനോടുള്ള പ്രത്യേകമായ വാൽസല്യത്തിന്റെ തെളിവായിരുന്നു. രണ്ടുമരണങ്ങൾക്ക് പുറമേ

എഡ്ഗാറിന്റെ വിയോഗം കൂടിയായപ്പോൾ മാർക്സിനോ കുടുംബത്തിനോ സഹിക്കാൻ കഴിയുന്നതിലേറേയായി. എഡ്ഗാറിന്റെ വിയോഗത്തെക്കുറിച്ച് എംഗൽസിന് ഒരിക്കൽ എഴുതിയ കത്ത് നഷ്ടപ്പെടാതെ കിട്ടിയിട്ടുണ്ട്. അതിൽ അദ്ദേഹം എഴുതുന്നു.

> എനിക്ക് ഒരു ഡോക്ടറെ കൊണ്ടുവരാൻ കഴിവില്ലായിരുന്നു. ഇപ്പോഴും കഴിവില്ല. എന്തുകൊണ്ടെന്നാൽ, മരുന്നു വാങ്ങാൻ പണമില്ല. കഴിഞ്ഞ എട്ടോ പത്തോ ദിവസമായി ഞാൻ കുടുംബം പുലർത്തുന്നത് റൊട്ടിയും ഉരുളക്കിഴങ്ങും കൊണ്ട് മാത്രമാണ്. ഇനി അതുപോലും നേടാൻ കഴിയുമോ എന്നാണ് സംശയം.

ഒരു തികഞ്ഞ ബൂർഷ്വാ ഉൽപ്പതിഷ്ണുവും ക്രാന്തദർശിയുമായ സർ ഇശയ്യ ബർലിൻ എഴുതിയ ജീവചരിത്രത്തിൽ വിസ്മയത്തോടുകൂടി പറയുന്നു. മാർക്സ് സാധാരണ ഈവക കാര്യങ്ങൾ പുറത്തുപറയുന്നതിൽ തീരെ വിമുഖനാണ്. ആത്മാനുതാപം എന്നത് അദ്ദേഹത്തെ തീണ്ടിയിട്ടേയില്ല. എന്നിട്ടും തന്റെ ഏകമകൻ എഡ്ഗാർ നിര്യാതനായപ്പോൾ സകലനിയന്ത്രണവും വിട്ട് ഉരുക്കു മുഖംമൂടിയെല്ലാം വലിച്ചെറിഞ്ഞ് വാവിട്ടു കരയുന്ന സ്വരത്തിലാണ് എംഗൽസിന് മാർക്സ് എഴുതിപ്പോയത്. തന്റെ എല്ലാമെല്ലാമായ എംഗൽസിനോടുപോലും ഇത്ര തുറന്നു കേഴുന്ന പ്രകൃതമല്ല മാർക്സിന്റേത്. ദുരിതാനുഭവങ്ങളുടെ നെല്ലിപ്പടിയിൽ എത്തിയെന്നതിന്റെ തെളിവാണ് അത്. മാർക്സ് എഡ്ഗാറിന്റെ മരണത്തെക്കുറിച്ച് രക്തത്തിലും കണ്ണുനീരിലും പേനമുക്കി ഇങ്ങനെ തുടർന്നെഴുതുന്നു.

> എല്ലാവിധത്തിലുള്ള ദൗർഭാഗ്യങ്ങളും ഞാൻ അനുഭവിച്ചിട്ടുണ്ട്. എന്നാൽ യഥാർഥദുഃഖം എന്തെന്ന് ഞാനിപ്പോൾ മാത്രമേ അറിഞ്ഞുള്ളൂ... ഈ ദിവസങ്ങളിൽ ഞാൻ കടന്നുപോന്ന കനത്ത ദുഃഖങ്ങൾക്കിടയിലും നിങ്ങളെക്കുറിച്ചുള്ള ചിന്തയാണ് - നിങ്ങളുടെ സൗഹൃദമാണ് - അതോടൊപ്പം ഈ ലോകത്ത് എന്തെങ്കിലും ചില ന്യായമായ കാര്യങ്ങൾ ചെയ്യാൻ നമുക്ക് കഴിഞ്ഞേക്കും എന്ന പ്രതീക്ഷയാണ് - എന്നെ വീണുപോകാതെ പിടിച്ചുനിർത്തുന്നത്. യഥാർഥത്തിൽ പ്രാമാണികരായ ആളുകൾക്ക് പ്രകൃതിയും സമൂഹവുമായി അനേകതരം ബന്ധങ്ങളുള്ളതിനാലും തങ്ങളുടെ താൽപ്പര്യത്തെ ഉത്തേജിപ്പിക്കുന്ന പലതിനെയും ചുറ്റുപാടും നഷ്ടങ്ങളെ അനായാസമായി മറികടക്കാൻ കഴിയുമെന്ന് ബേക്കൺ പറയുന്നുണ്ട്. അങ്ങനെയെങ്കിൽ ഞാൻ അത്തരമൊരു പ്രമാണിയല്ല. എന്റെ കുഞ്ഞിന്റെ മരണം എന്നെ അത്രമേൽ ബാധിച്ചിരിക്കുന്നു. അതുനടന്ന ആദ്യ

> ദിവസത്തെപ്പോലെ ഇപ്പോഴും എന്നെ അത് വല്ലാതെ നോവിക്കുന്നു. എന്റെ ഭാര്യയും ആകെ തകർന്നിരിക്കുന്നു.

1867 ജനുവരി 19-ാം തിയതി *മൂലധനം* ഒന്നാം വാല്യത്തിന്റെ അവസാന മിനുക്കുപണികൾ നടന്നുകൊണ്ടിരുന്നപ്പോൾ എംഗൽസിന് മാർക്സ് എഴുതിയ ഒരു കത്തിൽ ഇങ്ങനെ പറയുന്നു:

> എന്റെ സാഹചര്യങ്ങൾ ഓരോ ദിവസം ചെല്ലുന്തോറും കൂടുതൽ കൂടുതൽ വഷളായിവരികയാണ്. എല്ലാം പൊളിഞ്ഞു തകർന്ന് എന്റെ തലയിൽ വീണേക്കും എന്ന ഭീഷണി. റൊട്ടിക്കടക്കാരൻ മാത്രം ആവശ്യപ്പെടുന്നത് ഇരുപതു പവൻ ആണ്. പിന്നെ ഇറച്ചിക്കാരൻ, പലവ്യഞ്ജനക്കാരൻ, നികുതിപിരിവുകാരൻ എന്നിങ്ങനെ പോകുന്നു പിശാചുക്കളുടെ നീണ്ട പട്ടിക. ഇതിനൊക്കെപ്പുറമെ അൽപ്പദിവസം മുമ്പ് എനിക്കൊരു കത്തുകിട്ടി. അതിലെ ഒന്നാമത്തെ കാര്യം, കഴിഞ്ഞ മൂന്നുമാസമായി കുടിശികയായ വാടക കൊടുത്തുതീർക്കണമെന്നാണ്. രണ്ടാമത്തെ കാര്യം ഞാൻ വാടകച്ചീട്ട് പുതുക്കി ഇവിടെ ഇനിയും തുടരാൻ ഉദ്ദേശിക്കുന്നുണ്ടോ എന്ന ചോദ്യവും. ഞാൻ മറുപടി എഴുതിയില്ല. ഇന്നലെയുണ്ട് വീണ്ടുമൊരുകത്ത്. ഉടൻതന്നെ ഒഴിഞ്ഞു പൊയ്ക്കൊള്ളണമെന്നും മറ്റും...

ലണ്ടനിൽ മാർക്സ് കുടുംബത്തിന്റെ നിത്യസന്ദർശകരെ നാലു കൂട്ടരായി തരംതിരിക്കാം.

1. യൂറോപ്പിൽനിന്നും മറ്റും രാഷ്ട്രീയകാരണങ്ങളാലും മതപീഡനങ്ങളാലും ആട്ടിയോടിക്കപ്പെടുന്ന അഭയാർഥികൾ. സഹായം തേടിവരുന്ന അവരെ കാര്യമായി സഹായിക്കാനുള്ള വകയൊന്നും മാർക്സ് കുടുംബത്തിൽ ഉണ്ടാകാറില്ല. എങ്കിലും എംഗൽസ് അയച്ചതോ പത്രക്കാർ ആരെങ്കിലും പ്രതിഫലമായി നൽകിയതോ ഉണ്ടെങ്കിൽ മരുന്നും ഭക്ഷണവുമെല്ലാം വാങ്ങിക്കുന്ന കാര്യം മറന്ന് ഉള്ളത് വരുന്നവർക്ക് എടുത്തുകൊടുക്കുന്ന ശീലം ഉപേക്ഷിക്കാൻ മാർക്സിന് കഴിഞ്ഞില്ല. ഇതൊക്കെ തലമറന്ന് എണ്ണതേക്കലും ഒരുതരം ബൂർഷ്വാമാന്യതാഭിനയവും മറ്റുമാണെന്ന് അടുത്ത സഖാക്കൾ അദ്ദേഹത്തെ വിമർശിക്കാറുണ്ട്.
2. ഉപദേശങ്ങൾക്കും നിർദേശങ്ങൾക്കുമായി വിവിധ രാഷ്ട്രങ്ങളിൽ നിന്നുള്ള നേതാക്കളും സഖാക്കളും മാർക്സിന്റെ ജീവിതാവസ്ഥ കണ്ടുനിറഞ്ഞ കണ്ണുകളോടെയാണ് എങ്കിലും മാർക്സ് പ്രകടിപ്പിച്ച സൗഹൃദവും നൽകിയ

നിർദേശങ്ങളും കൊണ്ട് നിറഞ്ഞ മനസുകളുമായിട്ടാണ് മടങ്ങിപ്പോകാറ്.

3. വിവിധതരം കടക്കാരും വാടകക്കാരും മറ്റുമാണ് ഒഴിയാതെ വാതിലിൽ വന്നുമുട്ടുന്ന മറ്റൊരുകൂട്ടം സന്ദർശകർ. പലപ്പോഴും കമ്പിളിക്കോട്ടും വീട്ടുപാത്രങ്ങളും വരെ പണയക്കാരന്റെ കൈയിൽപ്പെട്ടു പോകാറുണ്ട്. പലിശയും മുതലും നൽകാൻ കഴിവില്ലാതെ അവ വിറ്റുപോയിട്ടുള്ള സന്ദർഭങ്ങളും വിരളമല്ല. ചിലപ്പോൾ കടക്കാരിൽനിന്ന് ഒഴിയാനായി അതിരാവിലെ തന്നെ മറ്റെവിടേക്കെങ്കിലും കടന്നുകളയുന്ന പതിവും മാർക്സിനുണ്ടായിരുന്നു.

4. യൂറോപ്പിലെ വിവിധ പിന്തിരിപ്പൻ ഭരണകൂടങ്ങളുടെ ചാരന്മാർ പ്രച്ഛന്നവേഷരായിട്ടും അല്ലാതെയും ചിലപ്പോൾ വിപ്ലവകാരികളാണെന്നു നടിച്ചും മാർക്സ് കുടുംബത്തെ നിരന്തരം ശല്യം ചെയ്യാറുണ്ട്.

ഇത്തരത്തിലുള്ള ഒരു പ്രഷ്യൻ ചാരൻ ലണ്ടനിലെ ഡീൻതെരുവിൽ മാർക്സ് താമസിക്കുന്ന സ്ഥലം സന്ദർശിച്ച് തന്റെ ഗവൺമെന്റിനയച്ച ഒരു റിപ്പോർട്ട് കണ്ടുകിട്ടിയിട്ടുണ്ട്. 1853-ൽ എഴുതിയ ഈ റിപ്പോർട്ട് താഴെ ചേർക്കുന്നു.

> ഈ പാർട്ടിയുടെ (അതായത് കമ്യൂണിസ്റ്റുകാരുടെ) മുഖ്യ നേതാവ് കാൾ മാർക്സാണ്. മാഞ്ചസ്റ്ററിലെ എംഗൽസും ലണ്ടനിലെ ഫ്രെയിലി ഗാർതും വോൾഫും പാരീസിലെ ഹൈനുയം അമേരിക്കയിലെ വെയ്ഡെ മേയറും ക്ലൂസും ചെറുകിട നേതാക്കളാണ്. കൊളോണിൽ ബൂർഗേഴ്സും ദാനിയൽസും ഹാംബർഗിൽ വീർതും നേതാക്കളാണ്. മറ്റുള്ളവരെല്ലാം സാധാരണ അംഗങ്ങൾ. പാർട്ടിയുടെ ചാലകശക്തിയും ചൈതന്യവും അതായത് ശരിയായ ആത്മാവ്, മാർക്സാണ്, അതുകൊണ്ട് ആ മനുഷ്യനെക്കുറിച്ച് വ്യക്തിപരമായ ഒരു വിവരണം നൽകാൻ ഞാൻ ഉദ്ദേശിക്കുന്നു.
>
> ശരാശരി ഉയരം മാത്രമുള്ള ഒരു 34 വയസുകാരനാണ് മാർക്സ്. ജീവിതത്തിന്റെ മധ്യത്തിൽ എത്തിയതേയുള്ളുവെങ്കിലും അദ്ദേഹത്തിന്റെ മുടി നരച്ചുതുടങ്ങി. ശരീരഘടനയും വടിവും കരുത്തുറ്റതാണ്. ആകപ്പാടെ രൂപം സെസ്മെറിനെ (അക്കാലത്തെ ഒരു ഹംഗേറിയൻ വിപ്ലവകാരി) പ്രബലമായി അനുസ്മരിപ്പിക്കുന്നു. നിറംപ്രായേണ ഇരുണ്ടതാണ്. മുടിയും താടിയും കരിങ്കറുപ്പും. ഈയിടെയായി അദ്ദേഹം ഷേവു ചെയ്യാറേയില്ല. അദ്ദേഹത്തിന്റെ വലുതും തുളച്ചുകയറുന്നതുമായ തീക്കണ്ണുകളിൽ അസ്വാ

സ്ഥ്യജനകമായ ഏതോ പൈശാചികഭാവം. കണ്ടുമുട്ടുന്നവർക്ക് ആദ്യം തോന്നുക പ്രതിഭയും ഊർജസ്വലതയും ഉള്ള ഒരാളുടെ ഭാവമാണ്. അദ്ദേഹത്തിന്റെ ബൗദ്ധികമായ ഔന്നത്യം ചുറ്റുപാടും അപ്രതിരോധ്യമായ ഒരു ശക്തിപ്രസരം സൃഷ്ടിക്കുന്നു.

സ്വകാര്യജീവിതത്തിൽ തീരെ ശുചിത്വം ദീക്ഷിക്കാത്ത അദ്ദേഹം ഒരു സർവപുച്ഛമനോഭാവക്കാരനാണ്. ഒരു മോശപ്പെട്ട ആതിഥേയനായ മാർക്സ് തികച്ചും ഒരു ബൊഹീമിയൻ (വൃത്തിയോ, വെടിപ്പോ, ചിട്ടയോ ഇല്ലാത്ത അരാജക ജീവിതശൈലി) ജീവിതമാണ് നയിക്കുന്നത്. കുളിയും തലചീകലും അഴുക്കുവസ്ത്രം മാറലും വളരെ വിരളമാണ്. ചിലപ്പോൾ അതിർകടന്നു കുടിക്കുന്ന പ്രകൃതവുമാണ്. പലപ്പോഴും ദിവസങ്ങളോളം അലസനായിക്കഴിയുന്ന മാർക്സ് എന്തെങ്കിലും കാര്യമായി ചെയ്യാനുള്ളപ്പോൾ ഇരവുപകലില്ലാതെ അക്ഷീണമായി അധ്വാനിക്കുന്നു. ഉറങ്ങാൻ കിടക്കാനോ ഉണർന്നെണീക്കാനോ അദ്ദേഹത്തിന് സമയ വ്യവസ്ഥയൊന്നുമില്ല. പലപ്പോഴും അദ്ദേഹം രാത്രി മുഴുവൻ ഉണർന്നിരുന്ന് പണിയെടുത്തശേഷം പിറ്റേദിവസം ഉച്ചയ്ക്ക് വസ്ത്രങ്ങളെല്ലാം ധരിച്ചുകൊണ്ട് നട്ടുച്ചയ്ക്ക് സോഫയിൽ വീണുറങ്ങും. വൈകുന്നേരം വരെ. എല്ലാവർക്കും എപ്പോഴും സ്വതന്ത്രമായി കയറിയിറങ്ങാൻ സ്വാതന്ത്ര്യമുള്ള ആ വീട്ടിലെ ഈ വരവും പോക്കുമൊന്നും സോഫയിൽ പകലുറങ്ങുന്ന മാർക്സിനെ തെല്ലും അലട്ടാറില്ല.

അദ്ദേഹത്തിന്റെ ഭാര്യ പ്രഷ്യയിലെ മന്ത്രിയായ വെസ്റ്റ്ഫേലന്റെ സഹോദരിയാണ്. ആരേയും ആകർഷിക്കുന്ന പ്രകൃതമുള്ള സംസ്കാര സമ്പന്നയാണ് അവർ. തന്റെ ഭർത്താവിനോടുള്ള പ്രേമംകൊണ്ടു മാത്രമാണ് അവർ ഈ ബൊഹീമിയൻ ജീവിതവുമായി പൊരുത്തപ്പെട്ടുപോകുന്നത്. ഇപ്പോഴവർക്ക് ദാരിദ്ര്യമെല്ലാം ഒരു സ്വാഭാവികാവസ്ഥയായി അനുഭവപ്പെട്ടു തുടങ്ങിയിരിക്കുന്നു. അവർക്ക് രണ്ടു പെൺമക്കളും ഒരു മകനുമുണ്ട്. മൂവരും നല്ല സൗന്ദര്യമുള്ളവരാണ്. അവർക്ക് അവരുടെ അച്ഛന്റെ ബുദ്ധികൂർമത ദ്യോതിപ്പിക്കുന്ന കണ്ണുകളുമുണ്ട്.

അസ്വസ്ഥചിത്തനും കാടൻപ്രകൃതിയുമാണെങ്കിലും ഭർത്താവും അച്ഛനുമെന്നനിലയിൽ മാർക്സ് അങ്ങേയറ്റം സൗമ്യനും സ്നേഹസമ്പന്നനുമാണ്. ലണ്ടനിലെ ഏറ്റലും മോശപ്പെട്ടതും അതുകൊണ്ട് ഏറ്റവും ചെലവു കുറഞ്ഞതുമായ പ്രാന്തപ്രദേശത്താണ് മാർക്സ് പാർക്കുന്നത്.

അവർക്ക് രണ്ടു മുറികളുണ്ട്. തെരുവിന് അഭിമുഖമായിരിക്കുന്നത് സ്വീകരണമുറിയും പുറകിലത്തേത് കിടപ്പുമുറിയും. വൃത്തിയോ അന്തസ്സോ ഉള്ള ഒരു കഷണം ഫർണീച്ചർ പോലും (മേശ, കസേര, കട്ടിൽ മുതലായവ) ഇരുമുറികളിലുമില്ല. എല്ലാം പൊട്ടിപ്പൊളിഞ്ഞതോ കീറിപ്പറിഞ്ഞതോ ആണ്. എല്ലാത്തിന്മേലും പൊടി കട്ടപിടിച്ച് ഇരിക്കുന്നു. എവിടെയും വൃത്തികേടിന്റെ മേൽക്കോയ്മ. സ്വീകരണമുറിയുടെ മധ്യത്തിൽ പഴയമാതിരിയുള്ള ഒരു വലിയ മേശ. അതിന്മേൽ ഒരു എണ്ണത്തുണി വിരിച്ചിട്ടുണ്ട്. അതിന്മേൽ പുസ്തകങ്ങളും പത്രങ്ങളും കൈയെഴുത്തുരേഖകളും കുട്ടികളുടെ കളിപ്പാട്ടങ്ങളും ഭാര്യയുടെ തുന്നൽകുട്ടയിൽ നിന്നുള്ള കഷണങ്ങളും വക്കുപൊട്ടിയ കപ്പുകളും കഴുകാത്ത സ്പൂൺ, കത്തി മുതലായവയും വിളക്കുകളും ഒരു മഷിക്കുപ്പിയും ടംബ്ളോറുകളും ഡച്ച്നിർമിതമായ പുകയിലപൈപ്പുകളും പുകയിലച്ചാരവും - ഇവയെല്ലാം ഒരേ മേശയ്ക്കുമേൽ അടുക്കില്ലാതെ കിടപ്പാണ്.

മാർക്സിന്റെ മുറിയിൽ പ്രവേശിക്കുമ്പോൾ പുകയും പുകയിലപ്പുകയും കൊണ്ട് നിങ്ങളുടെ കണ്ണുനിറയും. ഈ അന്തരീക്ഷവുമായി പരിചയപ്പെട്ടുവരുന്നതുവരെ അൽപ്പനേരത്തേക്ക് നിങ്ങളേതോ സത്രത്തിലെ മുറിയിൽ കണ്ണുകെട്ടി തപ്പുന്നതുപോലെ ആകും. പിന്നീട് ഓരോരോ സാധനങ്ങൾ സാവധാനം കൺമുമ്പിൽ തെളിയുന്നു. ഒന്നിനും വൃത്തിയില്ല. എല്ലാം പൊടികൊണ്ട് മൂടിയിരിക്കുന്നു. ഇരിക്കാൻ ശ്രമിക്കുന്നത് ആപൽക്കരമായ ഏർപ്പാടാകും. ഇവിടെ കാണുന്ന കസേരക്കു മൂന്നു കാലെയുള്ളു. അവിടെക്കാണുന്ന കസേര കാലുൾപ്പെടെ മുഴുവനുമുണ്ടെങ്കിലും അതിന്മേൽ കുട്ടികൾ അരിയും കറിയുംവച്ച് കളിക്കുകയാണ്. അതാണ് സന്ദർശകരെ ഇരിക്കാൻ ക്ഷണിക്കുന്ന കസേര. എന്നാൽ അതിൽനിന്ന് കുട്ടികളുടെ കളിപ്പാട്ടങ്ങൾ മാറ്റുന്നില്ല. അതിന്മേൽ ഇരുന്നാൽ നിങ്ങളുടെ കാൽസറായി കഷ്ടത്തിലാകും. പക്ഷേ, ഇതൊന്നും മാർക്സിനെയോ ഭാര്യയെയോ തെല്ലും അലട്ടുന്നില്ല. നിങ്ങളെ അവർ അങ്ങേയറ്റത്തെ സൗഹാർദത്തോടുകൂടി സ്വീകരിക്കുന്നു. സുജനമര്യാദയോടെ പൈപ്പും പുകയിലയും മറ്റെന്തെങ്കിലും അവിടെയുണ്ടെങ്കിൽ അവയും തന്ന് സൽക്കരിക്കുന്നു. ഒടുവിൽ എന്തെങ്കിലും വിഷയത്തെക്കുറിച്ച് രസകരവും ചതുരവും ആയ ഒരു സംഭാഷണം ആരംഭിക്കുകയായി. ഈ എല്ലാ ഇല്ലായ്മകൾക്കും അതു പരിഹാരമായി അനുഭവപ്പെടുന്നു. എല്ലാ അസൗകര്യങ്ങളും സഹ്യമായിത്തീരുന്നു. നിങ്ങൾ

> യഥാർഥത്തിൽ ഈ സദസിനെ ഇഷ്ടപ്പെടാൻ തുടങ്ങുന്നു. ചർച്ച മൗലികവും രസകരവുമായി തുടരുന്നു. കമ്യൂണിസ്റ്റ് തലവൻ മാർക്സിന്റെ കുടുംബജീവിതത്തിന്റെ സത്യസന്ധമായ ഒരു ചിത്രമാണിത് (Quoted by B Nicolaievsky and Maencher - Helfen, Karl Marx, man and Fighter 1936).

മാർക്സിനെക്കുറിച്ചും കുടുംബത്തക്കുറിച്ചും ശത്രുചാരനായ ഒരു ദോഷൈകദൃക്കിന്റെ ദൃക്സാക്ഷിവിവരണവും വിലയിരുത്തലുമാണ് നാം ഇവിടെ വായിച്ചത്. എന്നിട്ടും അയാളുടെ വർഗമുൻവിധികളുടെയും വികൃതമൂല്യബോധത്തിന്റെയും തിരശ്ശീലക്കിടയിലൂടെ ചോർന്നുവരുന്ന പ്രകാശരശ്മികൾ മാർക്സിന്റെ ജീവിതത്തെയും സ്വഭാവത്തെയുംകുറിച്ച് ചില ഉൾക്കാഴ്ചകൾ നൽകുന്നു. ഇക്കാലത്തെല്ലാം മാർക്സ് കുടുംബത്തിന് അനുഭവപ്പെട്ടിരുന്ന ദാരിദ്ര്യദുഃഖത്തിന്റെ അളവ് പ്രഷ്യൻ ചാരൻ മനസിലാക്കിയിരുന്നോ എന്ന് സംശയമാണ്. എല്ലാം മാർക്സിന്റെ ബോഹീമിയൻ പ്രകൃതത്തിന്റെ ഫലമായിട്ടാണ് അയാൾ റിപ്പോർട്ട് എഴുതിപോകുന്നത്.

നാലാം അധ്യായത്തിൽ വിവരിച്ചപ്രകാരം 1860-കളിലെ വിപ്ലവപ്രസ്ഥാനത്തിന്റെ പുനരുജ്ജീവനവും 1864-ലെ ഒന്നാം ഇന്റർനാഷണലിന്റെ സ്ഥാപനവും 1867-ലെ *മൂലധനം* ഒന്നാം വാല്യത്തിന്റെ പ്രകാശനവും എല്ലാം ഈ ദുരിതാനുഭവങ്ങൾക്കിടയിലും മാർക്സ് കുടുംബത്തിന് ഉന്മേഷവും ആത്മവിശ്വാസവും പ്രദാനം ചെയ്തു. എന്നാൽ 1868-ൽ എംഗൽസ് മാർക്സിന് 350 പവൻ വാർഷികവരുമാനം ലഭിക്കത്തക്ക വിധത്തിലുള്ള ഏർപ്പാട് ഉണ്ടാക്കുന്നതുവരെ സാമ്പത്തികദുരിതങ്ങളിൽ നിന്ന് മാർക്സിന് മോചനം ലഭിച്ചില്ല. അങ്ങനെ *മൂലധനം* നാലു വാല്യങ്ങളുടെ രചനാകാലമായ ലണ്ടനിലെ ആദ്യത്തെ ഒന്നരപതിറ്റാണ്ടുകാലത്തെ മാർക്സിന്റെ ജീവിതം നിരന്തരമായ ഒരു നരകയാതനയായിരുന്നു. എങ്കിലും അദ്ദേഹമോ കുടുംബമോ അവയ്ക്കുമുമ്പിൽ കീഴടങ്ങിയില്ലെന്നും നാം കണ്ടു.

മാർക്സിന് ഈ സ്ഥിരവരുമാനത്തിന് ഏർപ്പാടായതോടെ 1869 ജൂൺ 30-ാം തിയതി 'എർമൻ ആൻഡ് എംഗൽസ്' പരുത്തിമില്ലുമായുള്ള സജീവബന്ധം എംഗൽസ് ഉപേക്ഷിക്കുകയും തന്റെ സമയം മുഴുവനും പ്രസ്ഥാനത്തിനായി സമർപ്പിക്കുകയും ചെയ്തു.

7

സിദ്ധാന്തവും പ്രയോഗവും

ഉഴവുക്കും തൊഴിലുക്കും
വന്തനൈചെയ്യോം വീണിൽ
ഉണ്ടുകളിത്തിരുപ്പോരൈ
നിന്തനൈചെയ്യോം
വിഴലുക്കു നീർ പായ്ച്ചി-
മായ മാട്ടോം - വോറപും
വീണരുക്കു ഉഴൈത്തുടലം
ഓയമാട്ടോം,
നാമിരുക്കും നാടു നമതു
എൻപതറിന്തോം
ഇതു നമക്കേ ഉറമൈയാം
എൻപതറിന്തോം.*

സുബ്രഹ്മണ്യഭാരതി

മാർക്സിന്റെ *മൂലധനം* നിഷ്കൃഷ്ടമായ ഒരു ശാസ്ത്രഗ്രന്ഥമാണ്. ശാസ്ത്രരചനയുടെ സകല മാനദണ്ഡങ്ങളും ഈ കൃതിയുടെ രചനയിൽ മാർക്സ് വീട്ടുവീഴ്ചയില്ലാതെ അനുസ്മരിക്കുന്നു. യുക്തിയും വസ്തുതകളും മാർക്സിന് മർമപ്രധാനങ്ങളാണ്. ഇഷ്ടാനിഷ്ടങ്ങളോ മുൻവിധികളോ അനുസരിച്ച് അവയെ അവഗണിക്കാൻ മാർക്സ് ഒരി

---

* കൃഷിക്കും തൊഴിലിനും നാം വണങ്ങുക. വെറുതെ ഊണും കഴിച്ച് അലസരായി കഴിയുന്നവരെ നിന്ദിക്കും. മരുഭൂമിക്ക് വെള്ളം പകരുന്നത് നിഷ്ഫലം. പാഴ്വേല ചെയ്യില്ല. നമ്മുടെ നാട് നമ്മുടേത്. അതിന്റെ ഉടമസ്ഥത നമുക്കെന്ന് അറിയുന്നു. മറ്റാർക്കുംവേണ്ടി ഇനി അടിമപ്പണി ചെയ്യില്ല.

ക്കലും തുനിഞ്ഞിട്ടില്ല. അതുകൊണ്ടാണ് ലെനിൽ ഒരിക്കൽ പറഞ്ഞത്, മാർക്സിസം അജയ്യമായത് അത് സത്യമായതുകൊണ്ടാണ് എന്ന്. എന്നാൽ അതേസമയംതന്നെ മാർക്സിസ് ധർമനിരപേക്ഷമായ ശാസ്ത്രത്തിലോ അമാനവികമായ സത്യത്തിലോ വിശ്വസിച്ചിരുന്നില്ല. സിദ്ധാന്തവും പ്രയോഗവും തമ്മിലുള്ള ഐക്യം മാർക്സിസത്തിന്റെ ആത്മാവാണ്. അതുകൊണ്ട് എല്ലാം ശാസ്ത്ര മാനവിക നന്മക്ക് എന്ന് അദ്ദേഹം ഉറച്ചു വിശ്വസിച്ചു. ശാസ്ത്രം അദ്ദേഹത്തിന് ഉണക്കസത്യങ്ങളായിരുന്നില്ല. പ്രവൃത്ത്യുന്മുഖനായ മനുഷ്യന്റെ ചൈതന്യവും വഴികാട്ടിയുമായിരുന്നു. ശാസ്ത്രവും ധർമ്മവും തമ്മിലും വിചാരവും വികാരവും തമ്മിലും വസ്തുനിഷ്ഠതയും ആത്മനിഷ്ഠതയും തമ്മിലും ഉള്ള വൈരുധ്യാത്മകബന്ധം മാർക്സിന്റെ ഇതര കൃതികളെയെന്ന പോലെ മൂലധനത്തെയും ചൈതന്യവത്താക്കുന്നു. മൂലധനത്തിലെ താഴെചേർക്കുന്ന ഖണ്ഡിക ഇതിന് സാക്ഷ്യംവഹിക്കുന്നു.

> മുതലാളിത്തരീതിയിലുള്ള ഉൽപ്പാദനത്തിൽതന്നെ അന്തർലീനമായിട്ടുള്ള നിയമങ്ങളുടെ പ്രവർത്തനമാണ്, മൂലധനത്തിന്റെ കേന്ദ്രീകരണമാണ്, ഈ പിടിച്ചെടുക്കൽ നടപ്പാക്കുന്നത്. ഒരു മുതലാളി എപ്പോഴും അനേകം മുതലാളിമാരെ നിഗ്രഹിക്കുന്നു. ഈ കേന്ദ്രീകരണത്തോടൊപ്പം, അഥവാ ചുരുക്കം മുതലാളിമാർ അനേകം മുതലാളിമാരുടെ സ്വത്ത് പിടിച്ചെടുക്കുകയെന്ന പ്രകൃതിയോടൊപ്പം, അധ്വാനപ്രക്രിയയുടെ സഹകരണരൂപം, ശാസ്ത്രത്തിന്റെ ബോധപൂർവമായ സാങ്കേതിക പ്രയോഗം, ഭൂമി ക്രമാനുസാരമായി കൃഷിചെയ്യൽ, അധ്വാനോപകരണങ്ങൾ കൂട്ടായി മാത്രം ഉപയോഗിക്കാവുന്ന അധ്വാനോപകരണങ്ങളായി രൂപാന്തരപ്പെടൽ, കൂട്ടായ സമൂഹവല്കൃത ഉൽപ്പാദനോപാധികളായി ഉപയോഗിച്ചുകൊണ്ട് എല്ലാ ഉൽപ്പാദനോപാധികളുടെയും ചെലവുചുരുക്കൽ, എല്ലാ ജനതകളെയും ലോകകമ്പോളത്തിന്റെ വലയിൽ കുടുക്കൽ, അതോടൊപ്പം മുതലാളിത്ത ഭരണക്രമത്തിന്റെ സാർവദേശീയ സ്വഭാവം ഇതെല്ലാം ഉത്തരോത്തരം വിപുലമായ തോതിൽ വികസിക്കുന്നു. ഈ രൂപാന്തരപ്രക്രിയയുടെ എല്ലാ മെച്ചങ്ങളെയും കൈയടക്കിവയ്ക്കുകയും സ്വന്തം കുത്തകയാക്കുകയും ചെയ്യുന്ന മൂലധനപ്രഭുക്കളുടെ എണ്ണം നിരന്തരം കുറഞ്ഞുവരുന്നതോടൊപ്പം ദുരിതവും മർദനവും അടിമത്തവും അധഃപതനവും ചൂഷണവും പെരുകുന്നു. എന്നാൽ അതോടൊപ്പം തൊഴിലാളിവർഗത്തിന്റെ കലാപവും വളരുന്നു. അംഗസംഖ്യ സദാ വർധിച്ചുകൊണ്ടിരിക്കുന്നതും മുതലാളിത്ത ഉൽപ്പാദനപ്രക്രിയയുടെ തന്നെ പ്രവർത്തനത്തിലൂടെ അച്ചടക്കത്തോടും ഐക്യത്തോടുംകൂടി സുസംഘടിതമായി

> നിൽക്കുന്നതുമായ ഒരു വർഗമാണത്. മൂലധനത്തിന്റെ കുത്തക അതോടൊപ്പവും അതിൻകീഴിലും മുളയെടുത്ത് തഴച്ചുവളർന്ന ഉൽപ്പാദനരീതിയുടെമേൽ ഒരു ചങ്ങലക്കെട്ടായി തീരുന്നു. ഉൽപ്പാദനോപാധികളുടെ കേന്ദ്രീകരണവും അധ്വാനത്തിന്റെ സമൂഹവൽക്കരണവും അവസാനം അവയുടെ മുതലാളിത്ത പുറംതോടുമായി പൊരുത്തപ്പെടാത്ത ഒരു പതനത്തിലെത്തുന്നു. പുറംതോട് പൊട്ടിപ്പിളരുന്നു. മുതലാളിത്ത സ്വകാര്യസ്വത്തിന്റെ മരണമണി മുഴങ്ങുന്നു. സ്വത്ത് പിടിച്ചെടുത്തവരുടെ സ്വത്ത് പിടിച്ചെടുക്കപ്പെടുന്നു.
>
> – *മൂലധനം ഒന്നാംവാല്യം*

മാർക്സിന്റെ ശാസ്ത്രരചനയുടെയും ആവിഷ്കാര ശൈലിയുടെയും ഒന്നാന്തരം നിദർശനമാണ് ഈ ഉദ്ധരണി. ശാസ്ത്രീയമായ വസ്തുതാവിവരണവും വിശകലനവും ഉണ്ട്. ആ വിവരണവും വിശകലനവും ഏതു കർമപദ്ധതിയിലേക്ക് വിരൽചൂണ്ടുന്നു എന്നും കാണിച്ചുതരുന്നു. അത് കാവ്യാത്മകമായ ഒരു പ്രവചനവും ആഹ്വാനവുമായി മാറുന്നു. സിദ്ധാന്തവും പ്രയോഗവും അങ്ങനെ സമന്വയിക്കുന്നു. ശാസ്ത്രവും കവിതയും സമഞ്ജസമായി സമ്മേളിക്കുന്നു. *മൂലധനം* ആകെ പരിശോധിക്കുമ്പോഴും അത് ഈ ഖണ്ഡികയിൽ തിളങ്ങിക്കാണുമ്പോലെ കുറ്റമറ്റ ഒരു കലാശിൽപ്പം കൂടിയാണ് എന്നുകാണാം.

> ഈ യുക്തിഭദ്രതയും ശിൽപ്പപൂർണിമയും എങ്ങനെ *മൂലധന*ത്തിന് കൈവന്നു? ലോകചരിത്രത്തിലെ മറ്റേതു വിപ്ലവകരമായ സിദ്ധാന്തവുംപോലെ *മൂലധന*ത്തിന്റെ സിദ്ധാന്തവും മാനത്തുനിന്ന് പൊടുന്നനെ പൊട്ടിവീണതല്ല. മാർക്സിന് മുമ്പുള്ള തലമുറകളിലെ ചിന്തകർ കണ്ടുപിടിച്ചതും പറഞ്ഞുവച്ചതുമായ സിദ്ധാന്തങ്ങളുടെ ഒരു തുടർച്ചയാണത്. പക്ഷേ, തുടർച്ച മാത്രമല്ല ഇടർച്ചയുമുണ്ട്. സമൂഹപുരോഗതിയിലെന്നപോലെ സൈദ്ധാന്തിക വികാസത്തിലും തുടർച്ചയും ഇടർച്ചയും വൈരുധ്യാത്മകമായി ഒന്നുചേരുന്നതിനാണ് ഗണപരമായ പുരോഗതി ഗുണകരമായ എടുത്തുചാട്ടത്തിന് വഴിവയ്ക്കുന്നുവെന്ന് നാം പറയുന്നത്. അതാണ് പ്രകൃതിയിലായാലും സമൂഹത്തിലായാലും ചിന്തയിലായാലും വിപ്ലവം എന്ന പേരിൽ അറിയപ്പെടുന്ന പ്രതിഭാസം.

ഈ കാഴ്ചപ്പാടനുസരിച്ച് പൂർവസൂരികളായ ബൂർഷ്വാ അർഥശാസ്ത്രജ്ഞന്മാരുടെ സിദ്ധാന്തങ്ങളുടെ അടിത്തറയിലാണ് മാർക്സ് തൊഴിലാളിവർഗത്തിന്റെ അർഥശാസ്ത്രസൗധം കെട്ടിയുയർത്തിയത്. ലെനിൻ പറയുന്നു :

തത്വശാസ്ത്രത്തിന്റെയും അർഥശാസ്ത്രത്തിന്റെയും സോഷ്യലിസത്തിന്റെയും ഏറ്റവും മഹാന്മാരായ പ്രതിനിധികളുടെ സിദ്ധാന്തങ്ങളുടെ നേരിട്ടുള്ള, ഉടനടിയുള്ള തുടർച്ചയായിട്ടാണ് അദ്ദേഹത്തിന്റെ സിദ്ധാന്തം രംഗത്തു വന്നത്.

മാർക്സിസ്റ്റ് സിദ്ധാന്തം സർവശക്തമാണ്; എന്തെന്നാൽ അത് സത്യമാണ്. അത് സമ്പൂർണവും സമഞ്ജസവുമാണ്. സർവവിധ അന്ധവിശ്വാസങ്ങൾക്കും പിന്തിരിപ്പത്തത്തിനും ബൂർഷ്വാമർദനത്തിന്റെ നീതീകരണത്തിനും ബദ്ധവിരുദ്ധമായ ഒരു അവിഭക്തലോക വീക്ഷണം അതു മനുഷ്യർക്ക് നൽകുന്നു. ജർമൻ തത്വശാസ്ത്രത്തിന്റെയും ഇംഗ്ളീഷ് അർഥശാസ്ത്രത്തിന്റെയും ഫ്രഞ്ച് സോഷ്യലിസത്തിന്റെയും രൂപത്തിൽ പത്തൊൻപതാം ശതകത്തിലെ മനുഷ്യന്റെ ഏറ്റവും മികച്ച സൃഷ്ടികളുടെ ന്യായയുക്തമായ പിൻഗാമിയാണത്.

-മാർക്സിസത്തിന്റെ മൂന്ന് ഉറവിടങ്ങളും മൂന്ന് ഘടകങ്ങളും

ലെനിൻ പമരാർശിക്കുന്ന ഈ മൂന്ന് ഉറവിടങ്ങളുടെയും പ്രാതിനിധ്യം വഹിക്കുന്നവർ പലരുണ്ട്. ഈ മൂന്ന് ഉറവിടങ്ങളെ ലെനിൻ ഓരോരോ രാഷ്ട്രവുമായി ബന്ധിക്കുന്നുണ്ടെങ്കിലും അതേ സൈദ്ധാന്തിക പ്രവണതകൾ ഏറിയും കുറഞ്ഞും മറ്റു രാഷ്ട്രങ്ങളിലും മേഖലകളിലും കണ്ടെന്നുവരാം. അവയുടെ ഓരോന്നിന്റെയും മുഖ്യസ്രോതസുകൾ ഭൂമിശാസ്ത്രപരമായി അദ്ദേഹം തിട്ടപ്പെടുത്തിയെന്നേയുള്ളൂ. അങ്ങനെ ഭൂമിശാസ്ത്രപരമായ ബന്ധങ്ങൾ ഈ ചിന്താഗതികൾക്കുണ്ടായത് ആകസ്മികമാണെന്നും പറഞ്ഞുകൂടാ. രണ്ടാം അധ്യായത്തിൽ നാം കണ്ടതുപോലെ ഫ്രാൻസ് രാഷ്ട്രീയ ജനാധിപത്യവിപ്ലവത്തിന്റെയും ഇംഗ്ലണ്ട് വ്യാവസായിക വിപ്ലവത്തിന്റെയും ഈറ്റില്ലങ്ങളായിരുന്നു. വ്യാവസായികവിപ്ളവം ആദ്യം ആരംഭിച്ച് പക്വതയിലെത്തുകയും തൽഫലമായി തൊഴിലാളി-മുതലാളി വൈരുധ്യങ്ങൾ മറ്റേതൊരു രാഷ്ട്രത്തേയുംകാൾ രൂക്ഷമാകുകയും ആധുനിക മുതലാളിത്ത സമ്പദ്വ്യവസ്ഥയുടെ ലക്ഷണങ്ങളെല്ലാം മുൻകൂറായി തെളിഞ്ഞു വരികയും ചെയ്ത ബ്രിട്ടൻ ക്ലാസിക്കൽ ബൂർഷ്വാ അർഥശാസ്ത്രത്തിന്റെ ജന്മനാടായതിൽ അസ്വാഭാവികതയില്ല. അതുപോലെതന്നെ രാഷ്ട്രീയ ജനാധിപത്യ വിപ്ലവത്തിന്റെ ക്ലാസിക്കൽ തലസ്ഥാനമായ ഫ്രാൻസ് ആ വിപ്ളവത്തിന്റെ തന്നെ ഒരു ഉയർന്ന തലത്തിലെ ഗുണപരമായ മുന്നേറ്റം എന്നു വിശേഷിപ്പിക്കാവുന്ന സോഷ്യലിസ്റ്റ് ആശയങ്ങൾക്ക് കളിത്തൊട്ടിലായതും സ്വാഭാവികം തന്നെ. ഇത്ര തന്നെ ലളിതമല്ലാത്ത ചില സാഹചര്യങ്ങൾ ജർമൻ ക്ലാസിക്കൽ തത്വശാസ്ത്രത്തിനും ജന്മം നൽകി.

മേൽപ്രസ്താവിച്ചതുപോലെ ഈ മൂന്നു ചിന്താപദ്ധതികളുടെയും പ്രാതിനിധ്യമുള്ള പ്രാമാണികർ പലരുണ്ട് എങ്കിലും ചിലരുടെ പേരുകൾ സ്മരണീയമാണ്. ഇമ്മാനുവൽ കാന്ത് (1724-1804), ജി. ഡബ്ല്യു എഫ് ഹെഗൽ (1770-1831) ലുഡ്‌വിഗ് ഫൊയർബാഗ് (1804-1872) തുടങ്ങിയവർ ജർമൻ ക്ലാസിക്കൽ തത്വശാസ്ത്രത്തെ പ്രതിനിധീകരിക്കുമ്പോൾ ഗ്രാഖസ് ബബ്യോഫ് (1760-1797), സാങ്സിമോൺ (1760-1825), ഷാർൽ ഫ്യൂറ്യേ (1772-1837) തുടങ്ങിയവർ ഫ്രഞ്ചു സോഷ്യലിസത്തിന്റെ പ്രണേതാക്കളാണ്. ഇംഗ്ലീഷ് അർഥശാസ്ത്രത്തിന്റെ സമുന്നത സ്രഷ്ടാക്കളാണ് ആദംസ്മിത്തും (1723-1790), ഡേവിഡേ റിക്കാർഡ് (1772-1823)യും. ഇവരിൽ സ്മിത്തും റിക്കാർഡോയും ആണല്ലോ നമുക്കിവിടെ പ്രധാനമായും പരിഗണിക്കേണ്ട പേരുകൾ.

സ്മിത്തിനെയും റിക്കാർഡോയെയും മറ്റ് ആദികാല ഇംഗ്ളീഷ് അർഥശാസ്ത്രജ്ഞരെയും മാർക്സ് വളരെയേറെ മാനിച്ചിരുന്നുവെന്ന് മിച്ചമൂല്യസിദ്ധാന്തങ്ങളെ കുറിച്ച് ചർച്ച ചെയ്ത അഞ്ചാം അധ്യായത്തിൽ പറഞ്ഞിരുന്നല്ലോ. പിൽക്കാലത്തെ ജെവൺസ്, മിൽ, മാർഷൽ തുടങ്ങിയ സാമ്പത്തികശാസ്ത്രജ്ഞരെ വികോത (വൾഗർ) ധനശാസ്ത്രജ്ഞൻമാരായി മാർക്സും മറ്റും കരുതിയപ്പോൾ സ്മിത്തിനെയും റിക്കാർഡോയെയും അത്യുന്നത മാതൃകാ ശാസ്ത്രജ്ഞന്മാരായിട്ടാണ് മാർക്സ് വിലയിരുത്തിയത്. വിലയെക്കുറിച്ചുള്ള മാർക്സിന്റെ അധ്വാനസിദ്ധാന്തം, മിച്ച മൂല്യ സിദ്ധാന്തം, തറപ്പാട്ട സിദ്ധാന്തം മുതലായവയെല്ലാം കെട്ടിയുയർത്തിയത് ഈ പൂർവസൂരികളുടെ സംഭാവനകളെ നിർലോപം പ്രയോജനപ്പെടുത്തിക്കൊണ്ടാണ്.

അവരുടെ സിദ്ധാന്തങ്ങളിൽ മാർക്സ് കണ്ടെത്തിയ അടിസ്ഥാനപരമായ പോരായ്മകളിലൊന്ന് അവരുടെ ചരിത്രവീക്ഷണരാഹിത്യമാണ്. സ്മിത്തും റിക്കാർഡോയും സാമ്പത്തികപ്രതിഭാസങ്ങളെ വിശകലനം ചെയ്യുന്നതും വിലയിരുത്തുന്നതും അവർ ജനിച്ചുവളർന്ന കാലഘട്ടത്തിലെയും രാഷ്ട്രത്തിലെയും സമ്പദ്‌വ്യവസ്ഥ അനാദികാലം മുതൽ ആരംഭിച്ചതും അനന്തമായി തുടരുന്നതും ആണ് എന്ന പൂർവസങ്കൽപ്പത്തോടെയാണ്. പരിണതപ്രജ്ഞരായ അവർ തീർച്ചയായും വ്യവസായം മുതലാളിത്തവും അവയുടെ അനിവാര്യഘടകമായ തൊഴിൽവിഭജനവും ചരക്കുൽപ്പാദനവും മറ്റും അന്നത്തെ രൂപത്തിൽ പണ്ടെങ്ങും നിലനിന്നിരുന്നില്ലെന്ന വസ്തുത നിഷേധിക്കുന്നില്ല. എന്നാൽ ആദിമവർഗരഹിത ഗോത്രകാലത്തും പിന്നീടുവന്ന അടിമത്തവ്യവസ്ഥയിലും നാടുവാഴിത്തത്തിലും എല്ലാം മുതലാളിത്തകാലത്തിലെ ചരക്കുകളും കമ്പോളനിയമങ്ങളും തൊഴിൽവിഭജനവും മറ്റും ബീജരൂപത്തിലെങ്കിലും നിലനിന്നിരുന്നു എന്ന മുൻവിധിയോടെയാണ് അത്തരം സാമ്പത്തികപ്രതിഭാസങ്ങളെയും സംവർഗങ്ങളെയും വിലയിരുത്തിയതും വിശകലനം ചെയ്തതും. ഇത് വസ്തുതകൾക്ക് നിരക്കാത്ത അശാസ്ത്രീയവീക്ഷണമാണ് എന്ന് മാർക്സ് കണ്ടു.

ജൈവശരീരത്തിലെ അടിസ്ഥാനഘടകമായ കോശത്തെപ്പോലെ

യാണ് മുതലാളിത്തവ്യവസ്ഥയിലെ ചരക്കെന്നും ആ ചരക്കിൽ മുതലാളിത്തത്തിന്റെ സകല വൈരുധ്യങ്ങളും ഉൾപ്പെടെ എല്ലാ സ്വാഭാവവിശേഷങ്ങളും ബീജരൂപത്തിൽ അടങ്ങിയിരിക്കുന്നുവെന്നും മാർക്സ് *മൂലധന*ത്തിൽ അനിതരസാധാരണമായ ശാസ്ത്രദൃഷ്ടിയോടെ സമർഥിച്ചിരിക്കുന്നതിനെക്കുറിച്ച് നാലും അഞ്ചും അധ്യായങ്ങളിൽ നാം കണ്ടുവല്ലോ. ചരക്കുൽപ്പാദനത്തിന് മേൽക്കോയ്മ ഇല്ലാതിരുന്ന മുതലാളിത്ത പൂർവഘട്ടങ്ങളിൽ നിലവിലിരുന്ന പരിമിതമായ വിനിയമവ്യവസ്ഥകളെയും കമ്പോളനിയമങ്ങളെയും മാർക്സ് അവഗണിക്കുന്നില്ല. എന്നാൽ മുതലാളിത്തഘട്ടത്തിലെ ചരക്ക് പൂർവഘട്ടങ്ങളിലെക്കാൾ അടിസ്ഥാനപരമായിത്തന്നെ വ്യത്യസ്തമായിരിക്കുന്നത് എങ്ങനെയെന്നു കാണുന്നു. അദ്ദേഹം ചരക്ക് എന്ന സൂക്ഷ്മദർശിനിയിലൂടെ മുതലാളിത്തത്തിന്റെ വിശ്വരൂപം മുഴുനും അനാവരണം ചെയ്യുന്നതുപോലെ ചരക്കിന്റെ ഗതിവിഗതികളിലൂടെ സമൂഹപരിവർത്തനത്തിന്റെ ഗതിക്രമം വരച്ചുകാട്ടുകയും ചെയ്യുന്നു. ക്ളാസിക്കൽ അർഥശാസ്ത്രത്തിൽനിന്ന് മാർക്സിയൻ അർഥശാസ്ത്രത്തിലേക്കുള്ള കുതിപ്പിൽ ഈ ചരിത്രവീക്ഷണം ഗണ്യമായ പങ്കുവഹിക്കുന്നു.

അർഥശാസ്ത്രത്തിൽ വിപ്ലവം സൃഷ്ടിച്ച *മൂലധന*ത്തിലെ മറ്റൊരു പ്രധാന സങ്കൽപ്പനമാണ് കമ്മോഡിറ്റി ഫെറ്റിഷിസം അഥവാ ചരക്കുകളുടെ മായികത. എന്താണത്? അർഥസാസ്ത്രത്തിന്റെ സത്ത സജീവ മനുഷ്യർ തമ്മിലുള്ള ബന്ധമാണെന്നും അല്ലാതെ നിർജീവ വസ്തുക്കൾ തമ്മിലുള്ള ബന്ധമല്ലെന്നും മാർക്സ് വാദിച്ചു. ഈ വാദത്തിന്റെ പൊരുൾ ഗ്രഹിക്കാൻ ഏറ്റവും ലളിതമായ ഒരുദാഹരണം പറയാം.

ഏതെങ്കിലും ചില സാധനങ്ങളുടെ, ഉദാഹരണത്തിന് കമ്പോളത്തിലെത്തുന്ന ഉടുതുണിയുടെ, 'വില വർധിച്ചു' എന്നു നാം പറയാറുണ്ട്. വാസ്തവത്തിൽ ആ വാചകത്തിൽ സൂചിപ്പിക്കുന്ന പ്രകാരം തുണി എന്ന ചരക്കിന് ആന്തരികമായി എന്തെങ്കിലും മാറ്റം വരികയാണോ ഉണ്ടായത്? അല്ല. തുണി വാങ്ങി ഉപയോഗിക്കുന്നവനും തുണി വിറ്റോ തുണിമില്ല് നടത്തിയോ ആദായമുണ്ടാക്കുന്നവനും തമ്മിലുള്ള ബന്ധത്തിൽ വന്ന മാറ്റമാണ് വിലക്കയറ്റത്തിൽ പ്രകടമാകുന്നത്. ഇവിടെ ആളുകൾ തമ്മിലുള്ള ബന്ധത്തെ വസ്തുക്കൾ തമ്മിലുള്ള ബന്ധമെന്ന പോലെ നാം പരാമർശിക്കുകയും ചിലപ്പോഴൊക്കെ വിശ്വസിക്കുകയും ചെയ്യുന്നു. മുതലാളിത്ത സാമ്പത്തികശാസ്ത്രത്തിൽ മിക്കവാറും എല്ലാ കാര്യങ്ങളും അതിലുൾപ്പെട്ട മനുഷ്യരെയും അവരുടെ ചൂഷക-ചൂഷിത ബന്ധങ്ങളെയും ഒഴിവാക്കിക്കൊണ്ടാണ് പരാമർശിക്കുക.

മാർക്സിന്റെ ഈ അനാവരണം നമ്മെ മൂല്യത്തിലേക്കും മിച്ചമൂല്യത്തിലേക്കും എത്തിക്കുന്നു. മാർക്സിന്റെ അനവധി സംഭാവനകളിൽ ഏറ്റവും ഉയർന്ന രണ്ടെണ്ണമെടുത്താൽ അവ ചരിത്രപരമായ ഭൗതികവാദവും മിച്ചമൂല്യ സിദ്ധാന്തങ്ങളുമാണ് എന്ന് ഒന്നിലേറെ സന്ദർഭങ്ങളിൽ എംഗൽസ് വ്യക്തമാക്കിയിട്ടുണ്ട്. ചരിത്രപരമായ ഭൗതികവാദത്തിന്റെ വിശ

ദമായ സിദ്ധവൽക്കരണമാണ് *മൂലധനം* മുഴുവനും എന്നു പറയാമെങ്കിലും ചരിത്രപരമായ ഭൗതികവാദത്തെയോ അതിനും അടിസ്ഥാനമായ വൈരുധ്യാധിഷ്ഠിത ഭൗതികവാദത്തെയോ പ്രത്യേകമായെടുത്ത് മാർക്സ് മൂലധനത്തിൽ ചർച്ച ചെയ്യുന്നില്ല എന്ന കാര്യം നാം കണ്ടല്ലോ. ചരിത്രപരമായ ഭൗതികവാദത്തെക്കുറിച്ചുള്ള മാർക്സിന്റെ ഏറ്റവും ലളിതവും സമഗ്രവുമായ വിശദീകരണം *അർഥശാസ്ത്രവിമർശനത്തിനുള്ള സംഭാവന* (1859) എന്ന കൃതിയുടെ ആമുഖത്തിൽ ചേർത്തിരുന്നത് മുന്നൊരധ്യായത്തിൽ വിസ്തരിച്ചുതന്നെ ഉദ്ധരിച്ചിരുന്നത് ഓർക്കുമല്ലോ. ഇനി നമുക്ക് പരിശോധിക്കാനുള്ളത് മാർക്സിന്റെ മൂല്യസിദ്ധാന്തവും മുതലാളിത്തചൂഷണത്തിന്റെ കാതലായ മിച്ചമൂല്യവുമാണ്. മൂലധനത്തിന്റെ കാതലും മറ്റൊന്നല്ല. അഞ്ചാം അധ്യായത്തിൽ പറഞ്ഞുവച്ച ഈ കാര്യം കുറെക്കൂടി വിശദീകരിക്കാം.

മൂലധനത്തിൽനിന്ന് ഉദ്ധരിക്കുന്നതിനുപകരം അതിലെ വിശദമായ വാദങ്ങൾ എംഗൽസ് നമുക്ക് ഒരു ലേഖനത്തിൽ സംഗ്രഹിച്ചുതന്നിട്ടുള്ളത് ഉദ്ധരിക്കാം.

> എല്ലാ സമ്പത്തിന്റെയും എല്ലാ മൂല്യത്തിന്റെയും ഉറവിടം അധ്വാനമാണെന്ന കാഴ്ചപ്പാട് അർഥശാസ്ത്രം മുന്നോട്ടുവച്ച നാൾ മുതൽ (മുകളിൽ പ്രസ്താവിച്ചപോലെ പിൽക്കാലത്തെ വൾഗർ ബൂർഷ്വാശാസ്ത്രജ്ഞർ ഇക്കാര്യം അംഗീകരിച്ചില്ലെങ്കിലും സ്മിത്തിനെപ്പോലുള്ള ക്ലാസിക്കൽ ബൂർഷ്വാ അർഥശാസ്ത്രജ്ഞർ ഇതു അംഗീകരിച്ചിരുന്ന കാര്യമാണ് എംഗൽസ് സൂചിപ്പിച്ചശേഷം മാർക്സിന്റെ സവിശേഷസംഭാവനയിലേക്ക് വിരൽചൂണ്ടുന്നത് - പി ജി) ഒരു ചോദ്യം നമ്മുടെ മുന്നിൽനിൽക്കുകയാണ്. കൂലിത്തൊഴിലാളിക്ക് തന്റെ അധ്വാനത്തിന്റെ ഫലമായി ഉണ്ടാകുന്ന മുഴുവൻ മൂല്യവും എന്തുകൊണ്ട് ലഭിക്കുന്നില്ല? അതിലൊരുഭാഗം മുതലാളിക്ക് വിട്ടുകൊടുക്കാൻ അയാൾ നിർബന്ധിതനാകുന്നത് എന്തുകൊണ്ട്? ബൂർഷ്വാ സാമ്പത്തികശാസ്ത്രജ്ഞരും സോഷ്യലിസ്റ്റുകാരും (എംഗൽസ് ശാസ്ത്രീയ സോഷ്യലിസ്റ്റുകാരെയല്ല, സാങ്കൽപ്പിക സോഷ്യലിസ്റ്റുകാരെയാണ് പരാമർശിക്കുന്നത് - പി ജി) ഈ ചോദ്യത്തിന് ശാസ്ത്രീയമായ ഉത്തരം നൽകാൻ ശ്രമിച്ചിട്ടുണ്ട്. പക്ഷേ, അവർക്ക് അത് സാധിച്ചിട്ടില്ല. അവസാനം മാർക്സാണ് അതിന് ഉത്തരം നൽകിയത്.

ഈ ചോദ്യത്തിനുള്ള ഉത്തരത്തിലാണ് മുതലാളിത്ത വ്യവസ്ഥയുടെ ചൂഷകസ്വഭാവം മാർക്സ് അനാവരണം ചെയ്യുന്നത്. ഈ ചോദ്യത്തിന്റെ ഉത്തരമാണ് മാർക്സിന്റെ സാമ്പത്തിക സിദ്ധാന്തത്തിന്റെ വിപ്ലവസത്ത. ഈ ചോദ്യത്തിന് *മൂലധന*ത്തിൽ മാർക്സ് നൽകിയ സവിസ്തരമായ ഉത്തരം എംഗൽസ് ഇങ്ങനെ സംഗ്രഹിക്കുന്നു:

ഇന്നത്തെ മുതലാളിത്ത ഉൽപ്പാദനരീതി രണ്ട് സാമൂഹ്യ വർഗങ്ങൾ ഉണ്ടെന്ന അടിസ്ഥാനത്തിലാണ് നിലനിൽക്കുന്നത്. ഒരുവശത്ത് ഉൽപ്പാദനത്തിന്റെയും ഉപജീവനത്തിന്റെയും എല്ലാ ഉപാധികളും കൈയടക്കിയിട്ടുള്ള മുതലാളിമാർ; മറുവശത്ത് ഈ ഉപാധികളൊന്നും ഇല്ലാത്തതിനാലും വിൽപ്പനയ്ക്ക് സ്വന്തം അധ്വാനശക്തിയല്ലാതെ മറ്റൊന്നുമില്ലാത്തതിനാലും ജീവിതോപാധികൾ സമ്പാദിക്കുന്നതിനുവേണ്ടി ഈ അധ്വാനശക്തി വിൽക്കാൻ നിർബന്ധിതരായ തൊഴിലാളികൾ, ഒരു ചരക്കിന്റെ മൂല്യം അതിന്റെ ഉൽപ്പാദനത്തിലും പുനരുൽപ്പാദനത്തിലും ചെലവഴിക്കപ്പെട്ടതും സാമൂഹ്യമായി ആവശ്യമായ അളവിലുള്ള അധ്വാനസമയംകൊണ്ടാണല്ലോ നിർണയിക്കുക. ഒരു ശരാശരി മനുഷ്യന്റെ ഒരു ദിവസത്തെ, അല്ലെങ്കിൽ ഒരുമാസത്തെ, അതുമല്ലെങ്കിൽ ഒരുവർഷത്തെ അധ്വാനശക്തിയുടെ മൂല്യമെന്ത്? ഈ അധ്വാനശക്തിയെ ഒരുദിവസമോ ഒരു മാസമോ ഒരു വർഷമോ നിലനിർത്താൻ വേണ്ട ഉപജീവനോപാദികൾ ഉണ്ടാക്കാനാവശ്യമായ അധ്വാനത്തിന്റെ അളവുകൊണ്ടാണ് മേൽപ്പറഞ്ഞ മൂല്യം തിട്ടപ്പെടുത്തുക. ഒരു തൊഴിലാളിയുടെ ഒരുദിവസത്തെ നിലനിൽപ്പിന് ആവശ്യമായ സാധനങ്ങൾ ഉണ്ടാക്കാൻ ആറുമണിക്കൂർ വേണമെന്നു കരുതുക. അതായത് ആ സാധനങ്ങളിൽ അടങ്ങിയിട്ടുള്ള അധ്വാനം ആറുമണിക്കൂർ നേരത്തേതാണ് എന്നർഥം. അപ്പോൾ ഒരു ദിവസത്തെ അധ്വാനശക്തിയുടെ മൂല്യം എന്നാൽ ആറുമണിക്കൂർ നേരത്തെ അധ്വാനത്തിൽ അടങ്ങിയിട്ടുള്ള തുകയാണ് എന്ന് സിദ്ധിക്കുന്നു. തൊഴിലാളിയെ കൂലിക്ക് നിർത്തുന്ന മുതലാളി ഈ തുക മുഴുനും അയാൾക്ക് കൊടുക്കുന്നുവെന്ന് കരുതുക. അപ്പോൾ മുതലാളി അധ്വാനശക്തിയുടെ മുഴുവൻ മൂല്യവും തൊഴിലാളിക്ക് കൊടുത്തതായി കണക്കാക്കാം. ഇനി തൊഴിലാളി മുതലാളിക്കുവേണ്ടി ആറുമണിക്കൂർ നേരം പണിയെടുക്കുന്നുവെന്ന് വയ്ക്കുക. അപ്പോൾ അയാൾ മുതലാളിയിൽനിന്ന് കിട്ടിയതുമുഴുവൻ തിരിച്ചുകൊടുത്തതായും കണക്കാക്കാം. ആറുമണിക്കൂർ അധ്വാനത്തിനുപകരം ആറുമണിക്കൂർ അധ്വാനം. അപ്പോൾ പക്ഷേ, മുതലാളിക്ക് അതിൽനിന്ന് മിച്ചം ഒന്നും കിട്ടുകയില്ല.

ഉൽപ്പാദനപ്രക്രിയയിലും തൊഴിലാളി- മുതലാളി ബന്ധത്തിലും ഉള്ള നേർമയായ ഘടകങ്ങളും സംവർഗങ്ങളും അവതരിപ്പിച്ചശേഷം സമർഥനായ ഒരധ്യാപകൻ ബാലപാഠക്കാർക്ക് പറഞ്ഞുകൊടുക്കുന്നതുപോലെ സങ്കീർണമായ മുതലാളിത്തവ്യവസ്ഥയുടെ ഗൂഢമായ ചൂഷണതലങ്ങ

ളിലേക്ക് എംഗൽസ് വെളിച്ചംവീശുന്നു. അങ്ങനെ മുതലാളിക്ക് ഒരു മിച്ചവും കിട്ടാത്ത അവസ്ഥയല്ല ഇന്നത്തെ യാഥാർഥ്യം. എംഗൽസ് തുടരുന്നു:

> അപ്പോൾ മുതലാളി സംഗതി മറ്റൊരുവിധത്തിൽ അവതരിപ്പിക്കും. അയാൾ തൊഴിലാളിയോടു പറയുകയാണ് : ഞാൻ നിങ്ങളുടെ അധ്വാനശക്തി വാങ്ങിയത് ആറുമണിക്കൂർ നേരത്തേക്കല്ല. അതിനാൽ നിങ്ങൾ 8,10,12 പോര, 14 മണിക്കൂർ പണിയെടുക്കണം. ആറു മണിക്കൂറിലധികമുള്ള ഏഴാമത്തേയും എട്ടാമത്തേയും ഒക്കെ മണിക്കൂറുകളിലെ അധ്വാനത്തിന്റെ ഉൽപ്പന്നം തുടക്കത്തിൽ മുതലാളിയുടെ പോക്കറ്റിൽ എത്തുന്നു. അങ്ങനെ മുതലാളിയുടെ കീഴിൽ പണിയെടുക്കുന്ന തൊഴിലാളി തന്റെ അധ്വാനശക്തിക്ക് തുല്യമായ മൂല്യത്തെ പ്രത്യുൽപ്പാദിപ്പിക്കുന്നു; അതിനയാൾക്ക് കൂലിയും കിട്ടുന്നു; അതിനുപുറമേ അയാൾ *മിച്ചമൂല്യ*വും ഉൽപ്പാദിപ്പിക്കുന്നു. ഇത് ആദ്യം മുതലാളിയുടെ പക്കൽ എത്തുന്നു. പിന്നീട് നിയതമായ സാമ്പത്തിക നിയമങ്ങളുടെ അടിസ്ഥാനത്തിൽ മുതലാളിവർഗത്തിനുള്ളിൽ ഒട്ടാകെയായി വിഭജിക്കപ്പെടുന്നു. തറപ്പാട്ടം, ലാഭം, മൂലധനസഞ്ചയനം, തുടങ്ങി അധ്വാനിക്കാത്ത അലസവർഗങ്ങൾ ഉപഭോഗിക്കുന്നതും സമ്പാദിക്കുന്നതുമായ എല്ലാ സമ്പത്തിന്റെയും ഉറവിടം ഈ മിച്ചമൂല്യമാണ്. എന്താണ് ഇതിനർഥം? ഇന്നത്തെ മുതലാളിമാർ ധനം സമ്പാദിക്കുന്നത് മറ്റുള്ളവരുടെ കൂലി നൽകാത്ത അധ്വാനത്തിന്റെ ഉൽപ്പന്നങ്ങൾ സ്വന്തമാക്കിക്കൊണ്ടാണ്. നാടുവാഴിപ്രഭു അടിയാളനെയോ, അടിമയജമാനൻ അടിമയെയോ ചൂഷണം ചെയ്യുന്നതിൽനിന്ന് മിച്ചമൂല്യചൂഷണ സമ്പ്രദായത്തിലുള്ള വ്യത്യാസമല്ലാതെ കാതലായ മറ്റ് വ്യത്യാസമൊന്നും മുതലാളിത്തചൂഷണത്തിനില്ല. അവകാശങ്ങൾ, നീതി, ചുമതലകളിലും അവകാശങ്ങളിലും തുല്യത, വിവിധ താൽപ്പര്യങ്ങൾ തമ്മിലുള്ള സ്വരച്ചേർച്ച മുതലായവ ഇന്നത്തെ സമൂഹക്രമത്തിൽ നിലനിൽക്കുന്നു എന്നും മറ്റുമുള്ള വാചകമടിയിലൂടെ ഉടമവർഗങ്ങൾ കെട്ടിപ്പടുത്തിട്ടുള്ള അവസാനത്തെ ന്യായീകരണശ്രമങ്ങളും അങ്ങനെ പൊളിയുന്നു. ഇന്നത്തെ ബൂർഷ്വാസമൂഹം അതിന്റെ മുൻഗാമികളെപ്പോലെ നിരന്തരം ചുരുങ്ങിവരുന്ന ഒരു ന്യൂനപക്ഷത്തിന് ബഹുഭൂരിപക്ഷം ജനങ്ങളെ ചൂഷണം ചെയ്യാനുള്ള ഒരു വൻയന്ത്രസംവിധാനമാണെന്ന് തെളിയുകയും ചെയ്യുന്നു.
>
> *- F Engles, Karl Marx, 1878*

കഴിഞ്ഞ നൂറ്റാണ്ടിന്റെ അന്ത്യപാദത്തിലും മധ്യപാദത്തിലും നിലനിന്ന വ്യവസ്ഥയനുസരിച്ച് തൊഴിൽസമയത്തിന്റെ ദൈർഘ്യത്തിലൂടെ മിച്ച

മൂല്യം ചൂഷണം ചെയ്യുന്ന സമ്പ്രദായത്തിലാണ് എംഗൽസ് ഇവിടെ ഊന്നുന്നത് എങ്കിലും തൊഴിൽസമയം അന്നത്തേതിനെക്കാൾ ചുരുക്കുമ്പോഴും ചൂഷണത്തിനുള്ള വഴികൾഅടയുന്നില്ല. ഗുപ്തവും ഗുപ്തമല്ലാത്തതുമായ മറ്റനേകം ചൂഷണോപാധികൾ മുതലാളിവർഗത്തിന് ആവിഷ്കരിക്കാൻ കഴിയും. നാണയപ്പെരുപ്പവും വിലക്കയറ്റവും മുതലാളിവർഗം അവരുടെയാകെ പൊതുസ്വത്തായ ഭരണകൂടത്തിലൂടെ ചെറുവരുമാനക്കാരുടെയും സ്ഥിരവരുമാനക്കാരുടെയും വേതനം ചോർത്താൻ ഉപയോഗപ്പെടുത്തുന്ന ഒരു തന്ത്രമാണ്. നികുതി കുറയ്ക്കൽ, നികുതി വെട്ടിപ്പ്, വായ്പകൾ, സർവോപരി തൊഴിലാളിവർഗത്തിനെ അടിച്ചമർത്തുന്ന ഭരണകൂടത്തിന്റെ നിലനിൽപ്പിനുവേണ്ടിയുള്ള ചെലവ് തുടങ്ങി ഒരായിരം മാർഗങ്ങളിലൂടെ ഉടമവർഗങ്ങൾക്ക് നാണയപ്പെരുപ്പത്തിന്റെ സിംഹഭാഗം ഓഹരിയായി ലഭിക്കുന്നു.

മിച്ചമൂല്യത്തിന്റെ പൊതുവായ അളവും വിവിധ സാമ്പത്തികശാഖകളിലെ വ്യത്യസ്തമായ അളവുകളും ഗണിതശാസ്ത്രത്തിന്റെ കൃത്യതയോടെ തിട്ടപ്പെടുത്താൻ കഴിയും. എന്നാൽ ഈ ചൂഷണത്തോതുകൾ മാറ്റമില്ലാതെ സോഷ്യലിസ്റ്റ് വിപ്ലവംവരെ തുടരുന്നുവെന്ന് കരുതിക്കൂടാ. തൊഴിലാളിവർഗ സമരങ്ങൾ മുഖേന തങ്ങളുടെ ജീവിതനിലവാരം നിലനിർത്താനും മെച്ചപ്പെടുത്താനും അവർ ശ്രമിക്കും. ചിലപ്പോൾ വിജയം മറ്റു ചിലപ്പോൾ പരാജയം. എന്നാൽ മാർക്സിന്റെ സിദ്ധാന്തങ്ങൾ ആവിഷ്കരിക്കുന്ന കാലവുമായി താരതമ്യപ്പെടുത്തുമ്പോൾ ഇന്ന് പൊതുവെ തൊഴിലാളികളുടെ നില മുതലാളിത്തലോകത്തിൽ മെച്ചപ്പെട്ടിട്ടുണ്ട്. സോഷ്യലിസ്റ്റ് രാജ്യങ്ങളിലെ സ്ഥിതി പറയേണ്ടതില്ലല്ലോ. *മൂലധന*ത്തിൽ മാർക്സ് സവിസ്തരം വിശകലനം ചെയ്യുന്ന ചാക്രിക-സാമ്പത്തിക പ്രതിസന്ധികളും സ്ഥിരം തൊഴിലില്ലായ്മ പട്ടാള സാന്നിധ്യവും മറ്റുമായി രൂപാന്തരപ്പെട്ടിട്ടുണ്ടെങ്കിലും അടിസ്ഥാനസ്വഭാവങ്ങളിൽ മാറ്റമില്ല. ഈ വരികൾ എഴുതുമ്പോൾ മുതലാളിത്ത ലോകത്തിൽ മറ്റൊരു വ്യാപാരയുദ്ധത്തിന്റെ ഭീഷണമായ കേളികൊട്ടുകൾ മുഴങ്ങുകയാണ്. രണ്ടാംലോക മഹായുദ്ധാനന്തരകാലത്ത് "ഒരു മെയ്യാണെങ്കിലും ഞങ്ങളൊരൊറ്റ കരളായ്" കഴിഞ്ഞുവന്ന അമേരിക്കൻ ഐക്യനാടും ജപ്പാനുമാണ് നേർക്കുനേരെ ഗോഗ്വാവിളിച്ച് അരങ്ങത്തിറങ്ങിയിരിക്കുന്നത്. ഒരു പക്ഷേ, ഈ പോർവിളി തൽക്കാലമൊന്ന് അടങ്ങിയാലും മറ്റൊന്നു പൊട്ടിപ്പുറപ്പെടാം. പടിഞ്ഞാറൻ ജർമൻ 'മാർക്' അമേരിക്കൻ 'ഡോളറെ' നോക്കി മുറുമുറുക്കാൻ തുടങ്ങിയിട്ട് കാലം കുറെയായി. ഒരുകാലത്ത് ലോകമുതലാളിത്ത വിപണിയിൽ ഏകച്ഛത്രാധിപതിയായി അടക്കിവാണിരുന്ന ബ്രിട്ടീഷ് പവനെ പിന്തള്ളി രണ്ടാംലോകമഹായുദ്ധാനന്തരം പവന്റെ പണ്ടത്തെ സിംഹാസനത്തിൽ കയറിയ ഡോളർ ഇപ്പോൾ ജർമൻ മാർക്കിന്റെയും ജാപ്പനീസ് യെന്നിന്റെയും പ്രഭാപൂരത്തിൽ നിഷ്പ്രഭമായിരിക്കുന്നു.

ഈ വിവിധ ലോകപ്രശ്നങ്ങൾ അനായാസമായി പഠിക്കാനുള്ള ഒറ്റത്താക്കോലൊന്നുമല്ല *മൂലധന*വും മാർക്സിസവും. എന്നാൽ ഈ

സങ്കീർണതകളുടെ കുരുക്കഴിച്ചു കാണാനും സമകാലികലോകം ഉയർത്തുന്ന വെല്ലുവിളികൾ നേരിടാനും *മൂലധനം* ഒരു വഴികാട്ടി തന്നെ. 1895-ൽ തന്റെ മരണത്തിന് അൽപ്പനാൾമുമ്പ് എംഗൽസ് മാർക്സിസത്തെക്കുറിച്ചും *മൂലധന*ത്തെക്കുറിച്ചും വില്യം സോംബർത്തിന് എഴുതിയ കത്തിൽ ഇങ്ങനെ രേഖപ്പെടുത്തി.

> മാർക്സിന്റെ ലോകവീക്ഷണമാകെ ഒരു നിശ്ചയപ്രമാണത്തെയല്ല ഒരു സമ്പ്രദായത്തെയാണ് പ്രതിനിധീഭവിക്കുന്നത്. അത് നമ്മൾക്ക് റെഡിമെയ്ഡായ വരട്ടുതത്വങ്ങളൊന്നും തരുന്നില്ല. പ്രത്യുത കൂടുതൽ അന്വേഷണത്തിനുള്ള തുടക്കസ്ഥാനങ്ങളിലേക്ക് അതുവിരൽചൂണ്ടുന്നു. അതൊരു അന്വേഷണമാർഗം ആവിഷ്കരിക്കുന്നു.

അതോടൊപ്പം കർമപദ്ധതിയും.

8

ജൈത്രയാത്ര

അറിയപ്പെടാത്ത മനുഷ്യരുമായി
നീ എനിക്കു സാഹോദര്യം നൽകി ...
ഒരു പാറമേലെന്നപോലെ യാഥാർത്ഥ്യത്തിന്മേൽ
നിർമ്മാണം നടത്താൻ എന്നെ പ്രേരിപ്പിച്ചു.
മന്ദബുദ്ധിക്കു പ്രകാരമെന്നപോലെ
ദുഷ്കർമ്മങ്ങൾ നീയെന്നെ ശത്രുവാക്കി.
ലോകത്തിന്റെ പ്രസന്നതയും സൗഖ്യത്തിന്റെ സാധ്യതയും
കണ്ടെത്തുവാൻ നീ എന്നെ പഠിപ്പിച്ചു.
നീ എന്നെ അനശ്വരനാക്കി,
എന്തെന്നാൽ,
ഇനിമേൽ ഞാൻ എന്നിൽത്തന്നെ ഒടുങ്ങുന്നില്ല.

പാബ്ലോ നെരൂദ

ആയിരത്തി തൊള്ളായിരത്തി അറുപത്തി എട്ടിൽ *മൂലധന*ത്തിന്റെ പ്രഥമ മലയാള വിവർത്തനം എസ് പി സി എസ് പ്രസിദ്ധീകരിക്കുമ്പോൾ അതിന്റെ പ്രസാധകക്കുറിപ്പിൽ ഇങ്ങനെ പറഞ്ഞിരുന്നു :

> ഇതിനകം, കഴിഞ്ഞ ഒരു നൂറ്റാണ്ടിനിടയ്ക്ക്, ലോകത്തിന്റെ എല്ലാ ഭാഗങ്ങളിലുമായി 43 ഭാഷകളിൽ *മൂലധന*ത്തിന്റെ മൂന്നു വാല്യങ്ങളുടെ 120 പതിപ്പുകൾ പുറത്തുവന്നിട്ടുണ്ട്. അനുദിനം അതിന്റെ പ്രചാരം കൂടിക്കൊണ്ടിരിക്കുന്നു.

1987–ൽ ഈ ലേഖകന്റെ നേതൃത്വത്തിൽ ഒരു പണ്ഡിതസംഘം ഒന്നാം പതിപ്പിലെ കുറെയേറെ പോരായ്മകളും തെററുകളും തിരുത്തി മൂന്ന്

വാല്യങ്ങളുടെയും രണ്ടാം പതിപ്പും എസ് പി സി എസ് പ്രസിദ്ധീകരിക്കുകയുണ്ടായി.

കഴിഞ്ഞ രണ്ടു പതിറ്റാണ്ടുകാലത്ത് *മൂലധന*ത്തിന്റെ പ്രചാരം അങ്ങനെ "അനുദിനം കൂടിക്കൊണ്ടിരിക്കുന്നു" എന്ന് ഒഴുക്കൻ മട്ടിൽ പറഞ്ഞാൽ മതിയാവില്ല. അത്രയ്ക്ക് ത്വരിതഗതിയിലായിരുന്നു അതിന്റെ കുതിച്ചോട്ടം. അന്നത്തെ 43 ഭാഷകൾ 1985-ലെ കണക്കുപ്രകാരം ഇന്ത്യയിലെ മൂന്നു ഭാഷകളും ചില ആഫ്രിക്കൻ ഭാഷകളും ചേർത്ത് 61 ആയി ഉയർന്നിരിക്കുന്നുവെന്നും പതിപ്പുകൾ സുമാർ ഇരട്ടിയായി എന്നും 'യുനെസ്കോ'യുടെ ലോകപുസ്തക പ്രസാധന സ്ഥിതിവിവരക്കണക്കുകളിൽ നിന്നു കാണുന്നു. ഇപ്പോഴും *ക്രിസ്തീയവേദ പുസ്തകം കമ്യൂണിസ്റ്റ് മാനിഫെസ്റ്റോ* മുതലായവയ്ക്കൊപ്പം വിവർത്തനത്തിലും പ്രചാരത്തിലും എത്താൻ *മൂലധന*ത്തിന് കഴിഞ്ഞിട്ടില്ല. ഒരുപക്ഷേ, എത്താൻ സാധിച്ചെന്നും വരികയില്ല.

വേദപുസ്തകവും *കമ്യൂണിസ്റ്റ് മാനിഫെസ്റ്റോ*യും *ഖുറാനും* മറ്റും പോലെ അനായാസമായി സാധാരണ അഭ്യസ്തവിദ്യർക്കോ മറ്റ് തൽപ്പരർക്കോ വായിച്ചു മനസിലാക്കാവുന്ന ഒരു കൃതിയല്ല *മൂലധനം*. *ബൈബിളും* മറ്റ് കഥകളും കവിതകളും പോലെ ഓടിച്ചു വായിച്ചുപോകാൻ കഴിയുന്ന അനേകം ലഘുഗ്രന്ഥങ്ങൾ അടങ്ങിയതാണല്ലോ. അത് കമ്പോട് കമ്പ് തീർത്ത് വായിക്കാതെ തന്നെ ചില ഭാഗങ്ങൾ മാത്രം വായിച്ച് സംതൃപ്തിയോടെ മടക്കിവയ്ക്കാൻ കഴിയും. അതുകൂടാതെ അതൊരു മതഗ്രന്ഥമായതിനാൽ വായിക്കാത്തവർപോലും അത് ഭക്ത്യാദരപൂർവം വാങ്ങിവച്ചുവെന്നുംവരും. ഈ സൗകര്യങ്ങളൊന്നും തികച്ചും ശാസ്ത്രീയമായ *മൂലധനം* എന്ന 3000-ത്തിൽപ്പരം പുറങ്ങളുള്ള കൃതിക്കില്ലല്ലോ. സ്വഭാവംകൊണ്ടും ധർമംകൊണ്ടും *കമ്യൂണിസ്റ്റ് മാനിഫെസ്റ്റോ മൂലധന*ത്തിനു സമാനമാണ്. എങ്കിലും പന്ത്രണ്ട് പോയിന്റ് അക്ഷരത്തിലടിച്ചാലും നൂറുപുറം കവിയാത്ത ആ കൃതിയുടെ ലാളിത്യവും ബഹുജനപ്രീതിയും *മൂലധനം* എന്ന 'കടുകടെ പടുകഠിന' സംസ്കൃതവികടകവിയായ *മൂലധന*ത്തിനവകാശപ്പെട്ടതല്ലല്ലോ. *മൂലധനം* വെറുതെ രസത്തിന് അലസർക്ക് വായിച്ചുതള്ളാവുന്ന ഒരു കൃതിയേയല്ലെന്ന് മാർക്സ് തന്നെ പറഞ്ഞുവച്ചിട്ടുമുണ്ട്. "ശാസ്ത്രത്തിലേക്ക് സുഖപ്രദമായ രാജപാതയൊന്നുമില്ലെന്നും കഠിനവും നിരന്തരവുമായ അധ്വാനം കൊണ്ടുമാത്രമേ ശാസ്ത്രം ഏതൊരാൾക്കും വഴിപ്പെടൂ" വെന്നും പറഞ്ഞതു മറ്റാരുമല്ല.

ഇങ്ങനെയൊക്കെയാണ് എങ്കിലും സമാനമായ ശാസ്ത്രകൃതികളുമായി പ്രത്യേകിച്ച് ഇത്ര ബൃഹത്തായ കൃതികളുമായി താരതമ്യപ്പെടുത്തുമ്പോൾ *മൂലധന*ത്തിന്റെ പ്രചാരവും അനുപമവും അദ്ഭുതാവഹവുമായി തോന്നും. മേൽചേർത്ത കണക്കിന്റെ അടുത്തുവരുന്ന പ്രചാരം ഇത്തരത്തിലുള്ള മറ്റേതെങ്കിലും കൃതിക്ക് കൈവന്നിട്ടുണ്ടോ എന്ന് സംശയമാണ്.

പക്ഷേ, *മൂലധനം* പ്രസിദ്ധീകരിച്ച കാലത്ത് അതിന്റെ പ്രചാരം ഇത്ര വ്യാപകമോ ത്വരിതമോ ആയിരുന്നില്ല. ഒന്നാംവാല്യത്തിന്റെ പ്രസിദ്ധീകരണം കഴിഞ്ഞ് രണ്ടും മൂന്നും നാലും വാല്യങ്ങൾ പ്രസിദ്ധീകരിക്കാനുണ്ടായ കാലതാമസം ഒന്നാം അധ്യായത്തിൽ തന്നെ വിവരിച്ചിട്ടുണ്ട്. ഒന്നാം വാല്യം പ്രസിദ്ധീകരിച്ചശേഷം പതിനാറുവർഷംകൂടി മാർക്സ് ജീവിച്ചിരുന്നിട്ടും അതിന് മുമ്പുതന്നെ തയാറായിക്കഴിഞ്ഞിരുന്ന മൂന്നും നാലും വാല്യങ്ങൾക്ക് അന്തിമമായ മിനുക്കുപണികൾ നടത്തി പ്രസിൽ ഏൽപ്പിക്കാൻ കഴിഞ്ഞില്ലെന്നു മാത്രമല്ല ഇവയെല്ലാത്തിനെക്കാളും വലുപ്പം കുറഞ്ഞ രണ്ടു വാല്യം എഴുതിത്തീർക്കാൻ മാർക്സ് നീണ്ട പത്തുവർഷങ്ങൾ എടുക്കുകയും ചെയ്തു. *മൂലധന*ത്തിന്റെ ഒന്നും മൂന്നും നാലും വാല്യങ്ങൾ കാൾ വോഗട്ട് സംഭവവും (അധ്യായം നാല് കാണുക) ഒന്നാം ഇന്റർനാഷണൽ സ്ഥാപനവും കുടിയിറക്കലുകളും പുതിയ വീടുകൾ തേടലും മറ്റും കണക്കിലെടുത്താൽ കഷ്ടിച്ച് നാലോ അഞ്ചോ വർഷം കൊണ്ടാണ് മാർക്സ് എഴുതി തീർത്തത് എന്ന് കാണാൻ വിഷമമില്ല. അങ്ങനെയിരിക്കെ താരതമ്യേന സാമ്പത്തിക സ്ഥിതിയും മറ്റു മെച്ചപ്പെട്ട നീണ്ട പത്തുവർഷം (1869–79) എല്ലാറ്റിലും ചെറുതായ രണ്ടാംവാല്യം എഴുതിത്തീർക്കാൻ മാർക്സ് എടുത്തു എന്നത് അദ്ദേഹത്തിന്റെ അപ്രാപ്തിയോ അലസതയോ കൊണ്ടാവാൻ ഇടയില്ല. ഒന്നാംവാല്യത്തിന് ആദ്യഘട്ടത്തിൽ ലഭിച്ച തണുത്ത സ്വീകരണം അദ്ദേഹത്തെ നിരുൽസാഹപ്പെടുത്തിയിരിക്കാനാണ് സാധ്യത. പ്രസിദ്ധീകരിച്ച ഉടനെ *മൂലധനം* ചൂടപ്പംപോലെ വിറ്റഴിയുമെന്നൊന്നും മാർക്സ് കരുതിയിരുന്നില്ലെങ്കിലും പണ്ഡിതലോകത്തിന്റെ അവഗണന ഇത്രത്തോളം എത്തുമെന്ന് അദ്ദേഹം കരുതിയില്ല. മൗനംകൊണ്ട് തന്റെ കൃതിയെ ശത്രുക്കൾ വധിക്കാൻ ശ്രമിക്കുകയാണ് എന്ന് അദ്ദേഹം വിശ്വസിക്കുകയും പറയുകയും ചെയ്തതിൽ തെറ്റില്ല. ജർമനിയിലെ തന്റെ അടുത്ത സുഹൃത്തും അനുഭാവിയുമായ ഡോക്ടർ ക്യൂഗിൾ മന്നിന് 1867 ഒക്ടോബർ 11-ന് മാർക്സ് എഴുതി.

> ഒരു വിപുലമായ നിരൂപണം - ശത്രുവിൽനിന്നായാലും മിത്രത്തിൽ നിന്നായാലും - കാലക്രമേണ മാത്രമേ പ്രതീക്ഷിക്കാനാവൂ. ഇതു വലുതും ചിലയിടങ്ങളിൽ ദുർഗ്രഹവും ആയ പുസ്തകം വായിച്ച് ദഹിക്കാൻ സമയമെടുക്കുമല്ലോ. എന്നാൽ (പുസ്തകത്തിന്റെ) ജയാപജയങ്ങളെ നിർണയിക്കുന്നത് വമ്പൻ നിരൂപണങ്ങളാണ് എന്ന് കരുതേണ്ടതില്ല. തെളിച്ചുപറഞ്ഞാൽ പറകൊട്ടി ആപൽസൂചന നൽകുമ്പോഴേ ശത്രുക്കൾ പരിഭ്രാന്തരായി തുറന്നു സംസാരിക്കാൻ ഒരുങ്ങൂ. വാസ്തവത്തിൽ *എന്തു പറയുന്നു എന്നതിനെക്കാൾ എന്തെങ്കിലും പറയുന്നുണ്ട് എന്നതാണ് പ്രധാനം.* സർവോപരി സമയമൊട്ടും നഷ്ടപ്പെടുത്താനില്ലതാനും.

നിരൂപണങ്ങളുടെ കുറവുമൂലമുള്ള നിരാശയും, അതിനുകാരണം കണ്ടുപിടിക്കാനുള്ള വ്യഗ്രതയും അതൊന്നും താൻ അത്ര വകവയ്ക്കുന്നില്ലെന്ന ഭാവവും, എങ്കിലും എന്തെങ്കിലും പെട്ടെന്നു ചെയ്യണമെന്ന അഭ്യർഥനയുമെല്ലാം ഈ കത്തിൽ നിഴലിക്കുന്നു. തോന്നുന്നതെല്ലാം മടികൂടാതെ തുറന്നുപറയാൻ സ്വാതന്ത്ര്യമുള്ള ക്യൂഗിൾ മന്നിനോട് ആയതുകൊണ്ടാണ് മാർക്സ് ഇത്രയെങ്കിലും ഉള്ളുതുറന്ന് എഴുതിയത്. ഇക്കാര്യത്തിൽ മാർക്സിന്റെ പരാധീനത എംഗൽസ് ക്യൂഗിൾ മന്നിന് എഴുതിയ കത്തിൽ നിന്ന് (1867 നവംബർ 8) വ്യക്തമാണ്. എംഗൽസ് എഴുതുന്നു:

> പുസ്തകം വീണ്ടും വീണ്ടും ചർച്ചചെയ്യപ്പെടണം എന്നതാണ് പ്രധാനകാര്യം. ഇക്കാര്യത്തിൽ മാർക്സിന് സ്വതന്ത്രമായി പ്രവർത്തിക്കാൻ കഴിയില്ലെന്നതിനാലും ഒരു കന്യകയെപ്പോലെ ഇക്കാര്യത്തിൽ ലജ്ജാവിവശനായതിനാലും മറ്റുള്ള നാമെല്ലാം എന്തെങ്കിലും ചെയ്യണം. ഇക്കാര്യത്തിൽ നിങ്ങൾക്ക് ഇതുവരെയുണ്ടായ വിജയമെന്തെന്നും ഏതെല്ലാം പത്രങ്ങളെയാണ് ഇനിയും ഉപയോഗപ്പെടുത്താൻ കഴിയുകയെന്നും ദയവായി എന്നെ അറിയിച്ചാലും. ഇക്കാര്യത്തിൽ നമ്മുടെ പഴയ ചങ്ങാതി യേശുക്രിസ്തു പറഞ്ഞതുപോലെ നമ്മൾ മാടപ്രാവിനെപ്പോലെ ശുദ്ധഗതിക്കാരായിട്ടും സർപ്പങ്ങളെപ്പോലെ സൂത്രശാലികളായിട്ടും പ്രവർത്തിക്കേണ്ടിയിരിക്കുന്നു.

"തന്റെ ജീവിത സൗഖ്യവും ആരോഗ്യവും കുടുംബവും എല്ലാം ബലികഴിച്ച്" ഭക്ഷണത്തിനും മരുന്നിനും പണമില്ലാതെ ഭാര്യയും കുട്ടികളും പട്ടിണിയിലും രോഗത്തിലും വലയുന്നതിന് സാക്ഷ്യം വഹിച്ചുകൊണ്ട്, അപമാനിതനായി വാടക കൊടുക്കാനില്ലാതെ കുടുംബസഹിതം തണുത്ത തെരുവിലേക്ക് എറിയപ്പെടുന്നത് വകവയ്ക്കാതെ രാപകൽ കഷ്ടപ്പെട്ട് എഴുതിത്തീർത്ത മഹൽകൃതി അവഗണിക്കപ്പെടുന്നല്ലോ എന്ന സാധാരണ നിരാശയും ദുഃഖവും മാത്രമായിരിക്കില്ല മാർക്സിനെ മഥിച്ചത്. താൻ സേവിക്കുന്ന തൊഴിലാളി വർഗത്തിനുവേണ്ടി കഠിനയത്നം ചെയ്ത് ഒരുക്കിയ അമൂല്യമായ ആയുധം ആരും ഉപയോഗിക്കാതെ തുരുമ്പെടുത്തു പോകുന്നല്ലോയെന്ന വേദനയായിരിക്കണം ആ മഹാപുരുഷനെ മഥിച്ചത്. പക്ഷേ, തന്റെ വിശ്വാസപ്രമാണത്തിലോ ദൗത്യബോധത്തിലോ യാതൊരു തളർച്ചയും മാർക്സിന് ഒരിക്കലും അനുഭവപ്പെട്ടില്ല. 1873-ൽ മാർക്സ് തന്റെ ജാമാതാവായ പോൾ ലെഫാർഗിന് ഇങ്ങനെ എഴുതി.

> ജീവിതത്തിൽ അനുഭവിക്കാൻ കഴിയുന്നതിലധികം ദൗർഭാഗ്യങ്ങൾ ഞാൻ അനുഭവിച്ചു. എങ്കിലും ഒരു വിട്ടുവീഴ്ചയില്ലാത്ത വിപ്ലവകാരിയായിട്ടാണ് ഞാൻ ജീവിച്ചത്. എനി

ക്കതിൽ തെല്ലും നിരാശയില്ല. ഇനിയൊരു ജന്മംകിട്ടിയാൽ അതും ഈ ലക്ഷ്യത്തിന്റെ സാക്ഷാത്കാരത്തിനായി ഞാൻ സമർപ്പിക്കും. ഒരുപക്ഷേ, വിവാഹം വേണ്ടെന്നു വച്ചേക്കും എന്നുമാത്രം.

അങ്ങനെ തുടക്കം നിരാശാജനകമാംവണ്ണം സാവധാനമായിരുന്നുവെങ്കിലും *മൂലധനം* ജൈത്രയാത്ര തുടർന്നു. ആറുവർഷം കൊണ്ടാണെങ്കിലും ആദ്യത്തെപതിപ്പിന്റെ 1000 കോപ്പികൾ വിറ്റഴിഞ്ഞതിനെ തുടർന്ന് 1873-ൽ അതേ പ്രസാധകൻ മെയ്സ്നർ *മൂലധന*ത്തിന്റെ രണ്ടാം പതിപ്പ് ഇറക്കി. ഈ രണ്ടു ജർമൻ പതിപ്പുകൾ കാണാനേ മാർക്സ് ജീവിച്ചിരുന്നുള്ളു. എംഗൽസ് തയാറാക്കിയ ഒന്നാം വാല്യത്തിന്റെ മൂന്നാം പതിപ്പ് 1883-ൽ ഇറങ്ങുമ്പോഴേക്കും ആ വർഷം തന്നെ മാർക്സ് കാലയവനികക്കുള്ളിൽ മറഞ്ഞിരുന്നു.

എന്നാൽ *മൂലധനം* ഒന്നാം വാല്യത്തിന്റെ രണ്ടു വിവർത്തനങ്ങൾ പ്രസിദ്ധീകരിച്ചുകൊണ്ട് തൃപ്തിപ്പെടാൻ മാർക്സിന് കഴിഞ്ഞു, 1872-ൽ പുറത്തു വന്ന റഷ്യൻ വിവർത്തനവും 1875-ൽ പുറത്തുവന്ന ഫ്രഞ്ച് വിവർത്തനവുമാണത്. ഈ വിവർത്തനങ്ങൾ സ്വാഭാവികമായും മാർക്സിനെ ആനന്ദഭരിതനാക്കിയെങ്കിലും അൽപ്പമൊന്ന് അമ്പരപ്പിക്കുകയും ചെയ്തു. *മൂലധന*ത്തിന്റെ ആദ്യ വിവർത്തനങ്ങൾ ജർമനി കഴിഞ്ഞാൽ മാർക്സിസ്റ്റ് പ്രസ്ഥാനത്തിന്റെ ശക്തികേന്ദ്രങ്ങളായി കരുതപ്പെട്ടിരുന്ന ഫ്രാൻസിന്റെയും ഇംഗ്ലണ്ടിന്റെയും ഭാഷകളിൽ വരുമെന്നാണ് മാർക്സ് പ്രതീക്ഷിച്ചത്. വാസ്തവം പറഞ്ഞാൽ *മൂലധനം* ഒന്നാംവാല്യം ജർമനിയിൽ അച്ചടിക്കാൻ അയയ്ക്കുന്നതിനു വളരെമുമ്പുതന്നെ ഇംഗ്ലീഷ് വിവർത്തനം ആരംഭിക്കാൻ മാർക്സ് പരിശ്രമിക്കുകയുണ്ടായി. ചിലരൊക്കെ മുന്നോട്ടു വന്നെങ്കിലും അവരുടെപ്രാപ്തിയിൽ വേണ്ടത്ര വിശ്വാസം തോന്നാതിരുന്ന മാർക്സ് അനുവാദം നൽകിയില്ല. മകൾ ലോറയോട് അതുചെയ്യാൻ ആവശ്യപ്പെട്ടെങ്കിലും അവർക്ക് അതിനാത്മവിശ്വാസമുണ്ടായില്ല. ഒടുവിൽ മാർക്സിന്റെ മരണശേഷം അദ്ദേഹത്തിന്റെ സുഹൃത്തും *കമ്യൂണിസ്റ്റ് മാനിഫെസ്റ്റോ*യുടെ വിവർത്തകനുമായ സാമുവൽ മൂറും മകൾ എലീനയുടെ ഭർത്താവ് ഡോ: എഡ്വേർഡ് അവലിങ്ങും ചേർന്നു തയാറാക്കിയ ഇംഗ്ലീഷ് വിവർത്തനം 1886-ൽ പ്രസിദ്ധീകരിക്കപ്പെട്ടു. മാർക്സിന്റെ മരണം കഴിഞ്ഞ് മൂന്നുവർഷം പിന്നിട്ടപ്പോൾ - റഷ്യൻ വിവർത്തനത്തിനുശേഷം 14 വർഷവും ഫ്രഞ്ചു വിവർത്തനത്തിനുശേഷം 11 വർഷവും കഴിഞ്ഞപ്പോൾ.

ഫ്രഞ്ചു വിപ്ലവത്തിൽ മാർക്സ് നേരിട്ട് വളരെ താൽപ്പര്യം പ്രകടിപ്പിക്കുകയും അതിനുവേണ്ടി ജർമൻ പതിപ്പിൽ പലഭേദഗതികൾ വരുത്തുകയും ചെയ്തു. ഈ ഭേദഗതികൾ വളരെ പ്രധാനമായിരുന്നതിനാൽ പിന്നീടുള്ള ജർമൻ പതിപ്പുകളിൽ അവ കൂടി കൂട്ടിച്ചേർത്തു - മറ്റു ഭാഷാ പതിപ്പുകളിലും.

ഫ്രഞ്ചുകാരെ പിൻതള്ളിക്കൊണ്ട് *മൂലധന*ത്തിന്റെ പ്രഥമ വിദേശ ഭാഷാവിവർത്തനം റഷ്യനിൽ (1872) വന്നതാണ് മാർക്സിനെയും അദ്ദേഹത്തിന്റെ പശ്ചിമയൂറോപ്യൻ സുഹൃത്തുക്കളെയും അമ്പരപ്പിച്ചത്. റഷ്യയെ വളരെ പിന്തിരിപ്പനായ ഒരു രാഷ്ട്രമായിട്ടാണ് മാർക്സും ഇന്റർനാഷണൽ നേതാക്കന്മാരും പൊതുവെ കരുതിപ്പോന്നത്. അവിടത്തെ സാറിസ്റ്റ് സർവാധിപത്യത്തിനെതിരായി കൂടെക്കൂടെ വാർത്തകൾ സൃഷ്ടിക്കുന്ന കലാപങ്ങൾ നടക്കാറുള്ളത് അനുഭാവത്തോടെയും ആദരവോടെയുമാണ് മാർക്സും എംഗൽസും കേട്ടറിഞ്ഞതും പ്രോൽസാഹിപ്പിച്ചതും. പക്ഷേ, അവിടത്തെ വ്യാവസായിക നിലയുടെ പിന്നോക്കാവസ്ഥയും തൊഴിലാളിവർഗത്തിന്റെ അംഗബലക്കുറവും നാടുവാഴിത്ത വ്യവസ്ഥയുടെ സർവാംഗീണസ്വാധീനവും സോഷ്യലിസ്റ്റ് നിലവാരത്തിൽ എത്തുന്ന പ്രക്ഷോഭങ്ങൾക്കും പ്രവർത്തനങ്ങൾക്കും സാധ്യത തരുന്നില്ല എന്ന ധാരണയായിരുന്നു പലർക്കും. പക്ഷേ, മാർക്സിനും എംഗൽസിനും അവിടെ ആരാധകർ വർധിച്ചുകൊണ്ടിരുന്നു. *കമ്യൂണിസ്റ്റ് മാനിഫെസ്റ്റോ* ഉൾപ്പെടെ മാർക്സിസ്റ്റ് ഗ്രന്ഥങ്ങൾ പ്രസിദ്ധീകരിക്കുന്നതിൽ പുരോഗാമികൾ എന്ന് പറയപ്പെടുന്ന രാഷ്ട്രങ്ങളെക്കാൾ താൽപ്പര്യമാണ് റഷ്യക്കാർ പ്രകടിപ്പിച്ചത്. ജി എ ലോപാട്ടിനോടൊപ്പം റഷ്യൻ പതിപ്പിന്റെ സഹപ്രവർത്തകനായിരുന്ന എൻ എഫ് ദാനിയേൽസൺ തങ്ങളുടെ വിവർത്തനത്തെത്തുടർന്ന് മിക്ക റഷ്യൻ പത്രങ്ങളും നിരൂപണങ്ങൾ പ്രസിദ്ധപ്പെടുത്തി എന്ന് അറിയിച്ചപ്പോൾ മാർക്സ് സന്തോഷം കൊണ്ടു തുള്ളിച്ചാടി. ഇടതുപക്ഷക്കാരും പുരോഗമനവാദികളും മാത്രമല്ല, സെന്റ് പീറ്റേഴ്സ് സർവകലാശാലാ പ്രൊഫസർ ഐ എ കൗഫ്മാനെപ്പോലുള്ളവർ ഉയർന്ന അക്കാദമീയ പ്രസിദ്ധീകരണങ്ങളിൽ നിരൂപണങ്ങൾ എഴുതിയെന്ന് അറിഞ്ഞപ്പോൾ മാർക്സ് വളരെ സന്തോഷിച്ചു.

റഷ്യയിൽ വിദ്യാർഥികളും ബുദ്ധിജീവികളും മാർക്സിസത്തിലേക്ക് ആകർഷിക്കപ്പെട്ടുകൊണ്ടിരിക്കുന്നതായി പടിഞ്ഞാറൻ യൂറോപ്പിൽ വാർത്തകൾ പരന്നു. 1873-ലും 1874-ലും റഷ്യയിലെ വൻ നഗരങ്ങളിൽ നടന്ന പുരോഗമന കലാപങ്ങളിൽ *മൂലധന*ത്തിൽ നിന്നുള്ള ഉദ്ധരണികൾ സുലഭമായി പ്രചാരവേലയ്ക്ക് ഉപയോഗിക്കുകയുണ്ടായി എന്നത് അർഥവത്താണ്. ജെ വി സ്റ്റാലിനും ലിയോൺ ട്രോത്സ്കിയും ജനിച്ച 1879-ൽ പോലും റഷ്യൻ പത്രമാപ്പീസുകൾ *മൂലധന*ത്തെക്കുറിച്ചുള്ള വ്യാപകമായ വാദപ്രതിവാദങ്ങൾ നടത്തിവന്നിരുന്നത് ഭാവിയിലേക്ക് വിരൽചൂണ്ടുന്ന പ്രതിഭയായിരുന്നു. അന്ന് ലെനിന് വയസ്സ് ഒൻപത്.

അപ്രതീക്ഷിതമായ ഈ ചലനങ്ങൾ മാർക്സിനെ പല വീണ്ടുവിചാരങ്ങൾക്കും പ്രേരിപ്പിച്ചു. വെരാസസൂലിച്ച് ആനെക്കോവ് തുടങ്ങി പല റഷ്യൻ വിപ്ലവകാരികളുമായി മാർക്സ് നിരന്തരമായി എഴുത്തുകുത്തു നടത്തുകയും റഷ്യൻ ഭാഷ പഠിക്കാൻ തുടങ്ങുകയും ചെയ്തു. റഷ്യൻ കാർഷിക വ്യവസ്ഥയെക്കുറിച്ച് മാർക്സ് സാമാന്യം ആഴത്തിൽതന്നെ പഠിക്കുകയുണ്ടായി. സോഷ്യലിസ്റ്റ് വിപ്ലവം ഒരുപക്ഷേ, റഷ്യയിലായി

രിക്കും ആദ്യം നടക്കുക എന്നുപോലും അദ്ഭുതാവഹമായ ദീർഘദൃഷ്ടിയോടുകൂടി മാർക്സ് ഒരിക്കൽ പ്രവചിക്കുകയുണ്ടായി. 1877 സെപ്തംബർ 27-ാം തിയതി മാർക്സ് ഫ്രഡറിക് സോർഗിന് എഴുതി:

> ഇതുവരെ പ്രതിവിപ്ലവത്തിന്റെ ഇടർച്ചയില്ലാത്ത കരിങ്കോട്ടയും കരുതൽസേനയും ആയിരുന്ന കിഴക്കുദിക്കിലാവും (റഷ്യൻ സാമ്രാജ്യം) ഇത്തവണ വിപ്ലവം പൊട്ടിപ്പുറപ്പെടുക.

1882-ൽ *കമ്യൂണിസ്റ്റ് മാനിഫെസ്റ്റോ*യുടെ റഷ്യൻ പതിപ്പിന് മാർക്സും എംഗൽസും എഴുതിയ ആമുഖത്തിൽ ഇക്കാര്യം കുറേക്കൂടി അവർ വ്യക്തമാക്കി.

> അങ്ങനെ ഇപ്പോഴിതാ റഷ്യയും! 1848- 49 ലെ വിപ്ലവകാലത്ത് യൂറോപ്യൻരാജാക്കന്മാർ മാത്രമല്ല യൂറോപ്യൻ ബൂർഷ്വാകൾപോലും ഉണർന്നെണീറ്റു തുടങ്ങിയ തൊഴിലാളിവർഗത്തിൽനിന്നും തങ്ങൾക്കുള്ള ഏക രക്ഷാമാർഗം റഷ്യൻ ഇടപെടൽ ആണ് എന്ന് കരുതി. യൂറോപ്യൻ പിന്തിരിപ്പൻ വ്യവസ്ഥയുടെ തലവനായി സാർചക്രവർത്തി വ്യാഖ്യാനിക്കപ്പെട്ടു. ഇപ്പോൾ അയാൾ ഗാത്ചിനയിലെ വിപ്ലവയുദ്ധത്തിന്റെ തടവുകാരനാണ്. യൂറോപ്പിലെ വിപ്ലവസമരത്തിന്റെ മുന്നണിപ്പടയായി റഷ്യ മാറിയിരിക്കുന്നു.

എന്തൊരത്ഭുതാവഹമായ ഉൾക്കാഴ്ച! 35 വർഷം മാത്രമേ വേണ്ടിവന്നുള്ളൂ ഈ ഗ്രന്ഥം സാക്ഷാത്കരിക്കാൻ.

കാലം മുന്നോട്ടുനീങ്ങിയതോടെ *മൂലധന*ത്തിന്റെ ആദ്യത്തെ മന്ദഗതിയൊക്കെ അസ്തമിച്ചു. പതിപ്പുകളും വിവർത്തനങ്ങളും വിവിധ ഭാഷകളിൽ ഒന്നിനു പുറകെ ഒന്നായി വരാൻ തുടങ്ങി. പ്രത്യേകിച്ചും മാർക്സിന്റെ കാലശേഷം. മാർക്സിന്റെ കാലത്തെ റഷ്യൻ പതിപ്പിന്റെ 3,000 പ്രതികളും ഫ്രഞ്ചു പതിപ്പിന്റെ 10,000 പ്രതികളുംവരെ വേഗം വിറ്റഴിഞ്ഞു. മൂന്നു ജർമ്മൻ പതിപ്പുകളുടെ കാര്യം നാം പരാമർശിച്ചു. ജർമൻ പതിപ്പിന്റെ നാലാം പതിപ്പ് 1890-ലും *മൂലധനം* മൂന്നാം വാല്യം 1894-ലും എംഗൽസിന്റെ കാർമികത്വത്തിൽ പുറത്തുവന്നതോടുകൂടി തന്റെ ആത്മസുഹൃത്തിന്റെ അലിഖിതമായ ഒസ്യത്ത് എംഗൽസ് പ്രാവർത്തികമാക്കി. എംഗൽസ് മരിക്കുമ്പോഴേക്കും ഒൻപത് യൂറോപ്യൻ ഭാഷകളിലായി 17 പതിപ്പുകൾ ഒന്നാം വാല്യത്തിനുണ്ടായി. രണ്ടും മൂന്നും വാല്യങ്ങൾക്ക് യഥാക്രമം നാലും രണ്ടും പതിപ്പുകൾ. അതേ ജൈത്രയാത്രതന്നെ - ഖുരപുടതാഡിതരേണുക്കൾ ഉയർത്തിക്കൊണ്ട്.

എംഗൽസ് നിര്യാതനായി 1895-വരെ *മൂലധന*ത്തിന് വിവിധ ഭാഷകളിലുണ്ടായ വിവർത്തനങ്ങളുടെയും പതിപ്പുകളുടെയും കണക്ക് താഴെ ചേർക്കുന്നു.

പതിപ്പ്	പതിപ്പുകളുടെ എണ്ണം			കുറിപ്പുകൾ
	വാല്യം 1	വാല്യം 2	വാല്യം 3	
ജർമ്മൻ	4	2	1	വാല്യം 3
റഷ്യൻ	1	1	1	1896–ൽ
ഫ്രഞ്ച്	2	–	–	പ്രസിദ്ധീകരിച്ചു
പോളിഷ്	1	–	–	
ഡാനിഷ്	1	–	–	
ഇറ്റാലിയൻ	1	–	–	
സ്പാനിഷ്	1	–	–	
ഇംഗ്ലീഷ്	5	–	–	
ഡച്ച്	1	–	–	
ആകെ	**17**	**4**	**2**	

9

നിൻവാക്കുറങ്ങാതിരിക്കുന്നു

ഇവിടെ നില്ക്കുമീ
നിസ്വനാം മർത്ത്യനിൽ,
ഇരമൃഗമായ്
കിതയ്ക്കും മനുഷ്യനിൽ,
ഒരുപിടിയരി
വെന്ത വെള്ളത്തിനായ്
എരിപൊരിക്കൊള്ളു-
മിക്കൊച്ചുപൈതലിൽ,
കരൾ നിറയേ
പരദുഃഖഭാരവും
ചുമലിൽ സ്വന്തം
കുരിശും ചുമന്നുപോം
നിരപരാധിയിൽ,
നിസ്സഹായത്മാവിൽ,
നിണമൊലിക്കു-
മവന്റെ മുറിപ്പാടിൽ,
നിറമിഴിയിലെ-
യുപ്പുനീരിറ്റിച്ച്
മുഖമമർത്തവേ
മൂർച്ഛിക്കുമമ്മയിൽ,
ഇനിയുമെത്താത്ത
വാഗ്ദത്തഭൂമിതൻ
നിനവുകൾ നി-

ന്നെരിയും മനുഷ്യനിൽ,
ഇടിമുഴക്കമായ്,
വിദ്യുൽക്കണങ്ങളായ്
ഇവിടെ നിൻ വാ-
ക്കുറങ്ങാതിരിക്കുന്നു.

- ഒ എൻ വി

ആയിരത്തി എണ്ണൂറ്റി അറുപത്തിനാലിലെ ഒന്നാം ഇന്റർനാഷണൽ സ്ഥാപനത്തോടുകൂടി മാർക്സിന്റെ ജീവിതത്തിലെ ഏറ്റവും ഉജ്ജ്വലവും അന്ത്യവുമായ ഘട്ടം ആരംഭിക്കുകയായി. ഒന്നാം ഇന്റർനാഷണൽ സ്ഥാപനത്തിന് തൊട്ടുപുറകെ 1867-ൽ *മൂലധനം* ഒന്നാം വാല്യപ്രസിദ്ധീകരണവും 1871-ലെ പാരീസ് കമ്യൂണും മാർക്സിന്റെ ജീവിതത്തിലെന്നപോലെ ആധുനിക ലോകചരിത്രത്തിലും അവിസ്മരണീയമായ ഉത്തുംഗഘട്ടങ്ങളാണ്. ഒന്നാം ഇന്റർനാഷണലിനെയും *മൂലധനം* പ്രസിദ്ധീകരണത്തെയും കുറിച്ച് ചിലതൊക്കെ നാം ചർച്ച ചെയ്തുകഴിഞ്ഞു. 1870-ലെ രണ്ട് സംഭവങ്ങൾ മാർക്സിന്റെ നേതൃത്വത്തിന് നേരിട്ട ഏറ്റവും വലിയ വെല്ലുവിളികളായി. അവയിലൊന്ന് ഇന്റർനാഷണലിൽ റഷ്യൻ അരാജകവാദി മിഖായേൽ ബാക്കുനിൻ (1814 - 76) ഉയർത്തിയ കലാപക്കൊടിയും പ്രഷ്യയും ഫ്രാൻസും തമ്മിൽ പൊട്ടിപ്പുറപ്പെട്ട യുദ്ധവുമാണ്. അതിന് തൊട്ടുമുമ്പിലത്തെ വർഷം എംഗൽസ് വ്യവസായസ്ഥാപന പ്രവർത്തനമെല്ലാം നിർത്തി മുഴുവൻ സമയ രാഷ്ട്രീയപ്രവർത്തകനും, എഴുത്തുകാരനുമായി ലണ്ടനിലേക്ക് തിരിച്ചുവന്നതും അതേവർഷം തന്നെ ജർമൻ സോഷ്യലിസ്റ്റ് ഡമോക്രാറ്റിക് പാർട്ടി രൂപീകരിക്കപ്പെട്ടതും രാഷ്ട്രീയമായി മാർക്സിനെ ശക്തിപ്പെടുത്തിയിരുന്നു. മാർക്സിന്റെ സാമ്പത്തിക പരാധീനതകൾക്ക് ഒട്ടൊരു കുറവു വന്നു. വ്യക്തിപരമായും രാഷ്ട്രീയമായുമുള്ള ഈ ശക്തിവർധനവ് 1870-ലെ രണ്ട് പ്രതിസന്ധികളെയും നേരിടാൻ മാർക്സിനെ സജ്ജനാക്കിയിരുന്നു. ബാക്കുനിനെ രാഷ്ട്രീയ വിവാദത്തിൽ തറപറ്റിക്കുക എന്നത് മാർക്സിനെ സംബന്ധിച്ചിടത്തോളം അനായാസമായ ഒരു കൃത്യമായിരുന്നു. അത് അദ്ദേഹം നിർവഹിക്കുകയും ബാക്കുനിനും അയാളുടെ സെറ്റുകാരും ഇന്റർനാഷണലിൽനിന്ന് പുറത്താകുകയും ചെയ്തു. ബാക്കുനിന്റെ കൂട്ടർ ഇന്റർനാഷണലിൽ ഒരു ചെറിയ ന്യൂനപക്ഷമായിരുന്നുവെങ്കിലും അത് ഇന്റർനാഷണലിൽ ഉണ്ടായ ഒരു പിളർപ്പായി വ്യാഖ്യാനിക്കപ്പെടുകയും പ്രചരിപ്പിക്കപ്പെടുകയും ചെയ്തു. ഫ്രാങ്കോ - പ്രഷ്യൻയുദ്ധം കൂടുതൽ വിവാദവിഷയമായി. യുദ്ധം സംബന്ധിച്ച് ഇന്റർനാഷണൽ പ്രസിദ്ധീകരിച്ച പ്രഭാഷണത്തിൽ ജർമനിയെ ഒരുഘട്ടം വരെ അനുകൂലിക്കുകയാണ് ചെയ്തത്. അന്ന് ഫ്രാൻസ് ഭരിച്ചിരുന്നത് 1852-ലെ പ്രതിവിപ്ലവത്തിന്റെ നേതാവായി അധികാരം പിടിച്ചെടുത്ത് സ്വേച്ഛാധിപതി ലൂയി നെപ്പോളിയൻ ആയിരുന്നതിനാൽ അയാളുടെ പരാജയം വിപ്ലവപ്രസ്ഥാനങ്ങൾക്ക് ഉത്തേജനം

നൽകുമെന്ന് ഇന്റർനാഷണൽ കരുതി. അത് ശരിയായിരുന്നുവെന്ന് നെപ്പോളിയന്റെ പതനത്തോടുകൂടി പാരീസിലെ തൊഴിലാളികൾ വിപ്ലവം നടത്തി അധികാരം പിടിച്ചെടുത്തപ്പോൾ തെളിയുകയും ചെയ്തു.

അപ്പോൾ അതിൽ ഒരാശയക്കുഴപ്പത്തിന് വകയും വന്നുപെട്ടു. പ്രഷ്യയിലെ കൈസറിന്റെ കീഴിൽ യഥാർഥ ഭരണാധികാരി പിന്തിരപ്പൻ മൂരാച്ചിയും ജർമൻ സൈനികാധിപത്യത്തിന്റെ പ്രണേതാവുമായ ബിസ്മാർക്ക് ആയിരുന്നു. പഴയ ദക്ഷിണാഫ്രിക്കയിലെ 'കമ്യൂണിസത്തെ അമർച്ച ചെയ്യൽ നിയമ'ത്തിന്റെ (സപ്രഷൻ ഓഫ് കമ്യൂണിസം ആക്ട്) പ്രാഗ്രൂപമായിരുന്ന 'ജർമൻ സോഷ്യലിസ്റ്റ് വിരുദ്ധ നിയമ'ത്തിന്റെ (ആന്റി സോഷ്യലിസ്റ്റ് ലോ) ആവിഷ്കർത്താവുമായിരുന്ന ബിസ്മാർക്ക്. അയാൾക്ക് പിന്തുണ നൽകുന്നതായിരുന്നില്ലേ ഇന്റർനാഷണലിന്റെ നയം? മാർക്സ് തന്റെ ഉപബോധ മനസിലെ ജർമൻ സങ്കുചിത ദേശീയത്വത്തിന് രൂപം നൽകുകയായിരുന്നില്ലേ ഇന്റർനാഷണൽ പ്രഭാഷണം വഴി? മാർക്സിന്റെയും തൊഴിലാളിവർഗത്തിന്റെയും ശത്രുക്കൾ അന്ന് തുടങ്ങിയ അപവാദപ്രചാരണങ്ങൾ ഇന്നും ചില ബൂർഷ്വാ ചരിത്രപണ്ഡിതന്മാർ ആവർത്തിക്കുന്നുണ്ട്. പക്ഷേ, യാഥാർഥ്യം എന്താണ്?

ബിസ്മാർക്കിനെയും ലൂയി നെപ്പോളിയനെയും പോലുള്ള രണ്ട് മൂരാച്ചികൾ ഏറ്റുമുട്ടുമ്പോൾ അതിൽ ആരുടേയും ഭാഗം പിടിക്കേണ്ട കാര്യം തൊഴിലാളിവർഗത്തിനില്ല. എന്നാൽ യുദ്ധത്തിന് നേതൃത്വം കൊടുക്കുന്നത് ഏത് മൂരാച്ചിയായാലും അയാളുയർത്തുന്ന ആവശ്യങ്ങളിൽ എന്തെങ്കിലും ദേശാഭിമാനപരമായിട്ടുള്ളതുണ്ടെങ്കിൽ തൊഴിലാളിവർഗത്തിന് അതിന്റെ നേരെ കണ്ണടയ്ക്കാനാവില്ല. യുദ്ധത്തിന്റെ ആദ്യഘട്ടത്തിൽ അങ്ങനെ ന്യായമായ ഒരംശം ജർമനിയുടെ ഭാഗത്തുണ്ടായിരുന്നു. ലൂയി നെപ്പോളിയൻ കടന്നാക്രമിച്ച് കൈവശം വച്ചിരുന്ന അൽസാസ് ലൊറെയിൻ ഭാഗത്തെ ജർമൻ പ്രദേശങ്ങൾ വീണ്ടെടുക്കുക. ആ കർത്തവ്യം നിർവഹിക്കുംവരെ യുദ്ധത്തിൽ ജർമനിയെ സബന്ധിച്ചിടത്തോളം ആത്മരക്ഷാസ്വഭാവമാണുള്ളത്. ആക്രമണം ആരംഭിച്ചതും ലൂയി നെപ്പോളിയൻ തന്നെ. പക്ഷേ, ബിസ്മാർക്കിനെ സംബന്ധിച്ചിടത്തോളം അത് "മോങ്ങാനിരുന്ന നായുടെ തലയിൽ വീണ തേങ്ങ" ആയിരുന്നുവെന്നതും സ്വന്തഭൂമി വീണ്ടെടുക്കുന്നതോടുകൂടി ബിസ്മാർക്ക് തന്റെ ആക്രമണം നിർത്തുകയില്ലെന്നും മാർക്സിനും ഇന്റർനാഷണലിനും മുമ്പേ തന്നെ ബോധ്യമായിരുന്നു. അതുകൊണ്ട് പ്രതിരോധസ്വഭാവം ഉള്ളടത്തോളം മാത്രമേ ജർമനിക്ക് പിന്തുണ നൽകുകയുള്ളൂവെന്നും കടന്നാക്രമണ സ്വഭാവം കൈവരുന്നതോടെ ജർമനിയെ എതിർത്തുതുടങ്ങുമെന്നും വ്യക്തമാക്കിയിരുന്നു. അങ്ങനെ ചെയ്യുകയും ചെയ്തു. അപവാദങ്ങൾക്ക് ഒരടിസ്ഥാനവുമില്ല.

അങ്ങനെ ഈ രണ്ട് പ്രതിസന്ധികളെയും തന്ത്രപൂർവം തത്വാധിഷ്ഠിതമായി നേരിട്ട മാർക്സും ഇന്റർനാഷണലും അടുത്ത അഗ്നിപരീക്ഷയെ നേരിടുകയായി – അതാണ് ചരിത്ര പ്രധാനമായ പാരീസ് കമ്യൂൺ.

പാരീസ് തൊഴിലാളികളുടെ 90 ദിവസം നീണ്ടുനിന്ന ഭരണകൂടത്തിനാണ് 1871-ലെ പാരീസ് കമ്യൂൺ എന്നെ പേർ പറയുന്നത്. 90 ദിവസമേ ആയുസുണ്ടായിരുന്നുള്ളുവെങ്കിലും ലോകചരിത്രത്തിലെ ഈ ആദ്യത്തെ തൊഴിലാളിവർഗ - സർവാധിപത്യ ഭരണകൂടം താത്വികമായും പ്രായോഗികമായും വളരെ പ്രാധാന്യമർഹിക്കുന്നു. ഈ പ്രാധാന്യം എന്താണ് എന്ന് ഇന്റർനാഷണലിന്റെ പ്രഭാഷണം എന്ന രൂപത്തിൽ മാർക്സ് എഴുതി പ്രസിദ്ധീകരിച്ച *ഫ്രാൻസിലെ ആഭ്യന്തര യുദ്ധം* എന്ന കൃതി (1871) വ്യക്തമാക്കുന്നു. ഒക്ടോബർ സോഷ്യലിസ്റ്റ് വിപ്ലവം സംഘടിപ്പിക്കാനുള്ള തയാറെടുപ്പിന് ഒളിവിൽപോയ ലെനിൻ കൈയിലെടുത്ത രണ്ട് പുസ്തകങ്ങളിൽ ഒന്ന് ഇതായിരുന്നു എന്നത് പിൽക്കാലത്തെ തൊഴിലാളിവർഗ വിപ്ലവങ്ങളിൽ പാരീസ് കമ്യൂണിന്റെ അനുഭവവും മാർക്സിന്റെ വിലയിരുത്തലും വഹിച്ച പങ്ക് വ്യക്തമാക്കുന്നു. പാരീസ് കമ്യൂണിനുശേഷം 1872-ൽ പ്രസിദ്ധീകരിച്ച *കമ്യൂണിസ്റ്റ് മാനിഫെസ്റ്റോ*യുടെ ജർമൻ പതിപ്പിനുള്ള മുഖവുരയിലും മാർക്സും എംഗൽസും ഇക്കാര്യം ചൂണ്ടിക്കാട്ടുന്നു. കാൽനൂറ്റാണ്ടു മുമ്പ് പ്രസിദ്ധീകരിച്ച *മാനിഫെസ്റ്റോ*യിൽ പാരീസ് കമ്യൂണിന്റെ അനുഭവത്തിൽ നിന്നുകിട്ടിയ പാഠം കൂടി ചേർക്കുക എന്നല്ലാതെ മറ്റു യാതൊരു മാറ്റവും വരുത്തേണ്ട കാര്യമില്ലെന്നാണ് അവർ അതിൽ എഴുതിയത്.

പാരീസ് കമ്യൂണിനെ അടിച്ചമർത്താൻ സ്വേച്ഛാധിപതികൾ നടത്തിയ ക്രൂരമർദനവും യൂറോപ്പിലാകെ നടമാടിയ പൊലീസ് തേർവാഴ്ചയും ഇന്റർനാഷണലിന്റെ പ്രവർത്തനങ്ങൾ സ്തംഭിപ്പിക്കുകയും ഒടുവിൽ അത് നിർത്തിവയ്ക്കുന്നതിലേക്ക് നയിക്കുകയും ചെയ്തു. 1875-ൽ മാർക്സ് എഴുതിയ *ഗോഥാപരിപാടിയുടെ വിമർശന*മാണ് മാർക്സിന്റെ ഏറ്റവും ഒടുവിലത്തെ കൃതികളിൽ പ്രധാനം. പിന്നീട് മാർക്സ് രോഗത്തിൽ പതിച്ചു. 1881-ൽ ഭാര്യ ജെന്നി നിര്യാതയായതോടെ മാർക്സിന്റെയും ചൈതന്യം അറ്റു. 1883 മാർച്ച് 14-ാം തിയതി ഉച്ചതിരിഞ്ഞ് 2.45 -ന് ചാരുകസേരയിൽ ഉറങ്ങിയിരുന്ന കാൾ മാർക്സ് ഉറക്കത്തിൽ നിന്ന് ഉണർന്നില്ല. ആ മഹാപ്രതിഭ ഭാവിതലമുറകൾക്ക് വഴികാട്ടിയായി ലോകത്തോട് വിടപറഞ്ഞു. ശവസംസ്കാരവേളയിൽ മാർക്സിന്റെ ആജീവനാന്ത സുഹൃത്തും സഹകാരിയുമായ ഫ്രഡറിക് എംഗൽസ് പ്രസ്താവിച്ചു:

> അദ്ദേഹത്തിന്റെ നാമം നൂറ്റാണ്ടുകളിൽക്കൂടി ജീവിക്കും, അതുപോലെ അദ്ദേഹത്തിന്റെ കൃതികളും.

ആ കൃതികളിൽ ഏറ്റവും ഉന്നതമായതാണ് *മൂലധനം*.

9 788126 204403

Printed by Libri Plureos GmbH in Hamburg,
Germany